Bác sĩ Huỳnh Wynn Trần

Ngắn

tản văn
2025

WMC Publisher
Wynn Medical Center

Mục lục

PHẦN 4: TẢN MẠN CHUYỆN NGHỀ Y

Lời tựa

Giữa nhịp sống hối hả, giữa những bước chân không ngừng, chúng ta dường như đi quá nhanh, dường như quên cách dừng lại nghe cảm xúc của mình, để rồi có lúc âm thầm bị tổn thương.

Ngắn 2025 được viết để kéo quý vị ra khỏi vòng xoay ấy.

Ngắn 2025 là tập hợp 80 bài tản văn ngắn, được viết mới hoàn toàn bằng văn phong gãy gọn. Mỗi câu chuyện vườn nhà là một thỏi đường ngọt ngào cho ly cà phê buổi sáng. Mỗi câu chuyện địa điểm là chút dư âm nhẹ nhàng buổi trưa, khi quý vị đến Paris cổ kính, London mờ sương, Michigan ngọt ngào, hay Rome vĩnh cửu. Mỗi câu chuyện cảm xúc kéo cuộc sống chúng ta thêm lắng đọng khi chiều về. Hay mỗi chuyện ngắn nghề Y là một chút lặng yên trong đêm tối.

Bác sĩ Huỳnh Wynn Trần, Los Angeles, Hoa Kỳ

PHẦN 1

Phía sau vườn nhà

Chuối

Năm 6 tuổi, tôi bắt đầu thích ăn chuối.

Buổi sáng tinh mơ hôm đó, cả nhà tôi hốt hoảng khi biết tin ngoại vừa mất ở thị xã. Lúc tôi xuống nhà ngoại, vừa bước vào cửa đã thấy những người thân xung quanh khóc nức nở. Tôi sợ quá cũng khóc theo. Ngoại tôi nằm trên chiếc giường ở ngoài phòng, nhắm mắt nằm im như đang ngủ say. Phía trên đầu ngoại là nải chuối còn xanh, kế bên là lư hương nhang mới vừa đốt, khói bay nghi ngút tỏa ra khắp phòng. Tôi nghe nói là nải chuối xanh để bên cạnh người mất sẽ giữ linh hồn người mất không bị đói và cầu an cho gia đình người ở lại.

Đó là lần đầu tiên tôi nhận ra sinh tử trên đời là điều không tránh khỏi. Tôi tự nhiên thấy thương nải chuối xanh ở đầu giường như tình thương tôi dành cho ngoại, có những trái tròn ngắn mập mạp như bàn tay ngoại đang nắm tay tôi những ngày bà còn lên nhà chơi. Vài hôm sau, nải chuối xanh hôm nào đã chín vàng ươm, thơm lừng cả góc bàn thờ.

Từ đó, tôi thích ăn chuối.

Tôi thích vị ngọt thơm bùi bùi của chuối khi vừa chín tới. Tôi cũng hay lon ton theo ba ra vườn sau nhà để tìm những nải chuối chín cây có chim ăn vào một nửa trái. Ba còn đốn những thân chuối bự kết thành bè quăng xuống ao cho tụi tui tắm những buổi trưa hè. Những cây chuối nhỏ thì ba thỉnh thoảng đốn cho hàng xóm cắt trộn cám cho heo ăn. Đôi khi bên bà con nhà ngoại tôi ghé chơi, lấy lá gói bánh ít nhân dừa, luộc bánh thơm nghi ngút mùi lá chuối mới.

Tôi lớn lên dưới những tán chuối xanh gió mát rì rào thổi từ bờ sông, nằm ngủ ngon trên đám lá chuối khô sau buổi chơi trốn tìm vất vả, và dĩ nhiên là ăn đủ loại chuối trong vườn nhà. Từ chuối xiêm vàng, ngắn nhưng căng bự và tròn cho đến chuối già hơi vuông vuông cong cong và ốm nhom. Tôi cũng thích ăn chuối nướng, thậm chí viết luôn một truyện ngắn về chuối (Truyện *"Chuối Nướng Cứng"* trong quyển *"Màu Nhạt Nắng"*).

Khi học kiến trúc, tôi cũng thường hay vẽ diễn họa bằng bụi chuối vì dễ vẽ, màu xanh tươi đẹp, tạo cảm giác hài hòa cân đối cho ngôi nhà mới. Lúc đi châu Phi cùng với nhóm bác sĩ VietMD, chúng tôi được tiếp đãi thịnh soạn bằng chuối. Ở Tanzania, chuối mọc khắp nơi, nhiều đến nỗi tạo thành những khu rừng, mọc um tùm san sát như chuối dại. Chuối chín rục quắn cả cây không ai thèm đốn. Buổi sáng chúng tôi được ăn chuối luộc, bữa trưa là chuối nấu canh với thịt, và buổi chiều là chuối tươi. Ăn chuối liên tục trong một tuần, tôi nghĩ chắc là mình và mấy bác sĩ kia sẽ bị lên *Potassium* (*Hyperkelamia*) quá vì chuối có rất nhiều *Potassium* (*Kali*). Tôi cũng tự nhủ lòng là mình sẽ không ăn chuối trong... một năm nữa vì ngán quá rồi. Ấy vậy mà khi về lại Mỹ vài tuần, khi vừa thấy miếng chuối chiên vàng béo thơm giòn là tôi lại ăn ngay.

Năm ngoái, tôi hăm hở trồng mấy bụi chuối phía sau vườn và đợi xem khi nào mình sẽ có trái. Má tôi nói trồng chuối phải kiên nhẫn, có khi vài năm mới có quầy. Tuần trước, tôi vui mừng khi thấy một bắp chuối tim tím mập mạp mới nhú ra từ ngọn cây, chĩa thẳng lên trời xanh như cây bút chì. Chỉ trong vài ngày, bắp chuối nở to, mọc ra những quầy chuối nho nhỏ, xinh xinh như bàn tay em bé đang cố bám víu bàn tay của mẹ.

Tôi nhìn những quầy chuối màu xanh còn nhỏ, nhớ lại nải chuối năm xưa trên đầu giường ngoại lúc mất. Chợt nghĩ ở một nơi xa lắm, ngoại có biết tôi bây giờ dù đã lớn nhưng vẫn là đứa cháu bé bỏng năm nào thấy chuối xanh mà nhớ thương ngoại, tin rằng có chuối tôi trồng thì ngoại sẽ không bị đói vì người xưa nói chuối xanh sẽ lo cho linh hồn người mất và cầu an cho người ở lại.

Tội nghiệp khoai lang

Chiều nay ra đào mấy củ khoai lang trong vườn, tôi ngạc nhiên không ngờ khoai lang vừa dễ trồng vừa cho quả bự.

Khoai lang (cùng họ khoai tây) ít khi được xem là thức ăn dinh dưỡng tốt vì báo chí và truyền thông đưa ra các thông số cho rằng ăn khoai lang dễ dẫn đến tiểu đường, cao mỡ, và các bệnh mạn tính khác.

Nhưng họ ít chỉ ra lý do là người Mỹ thích ăn khoai tây và khoai lang chiên hơn là ăn luộc. Và khi chiên khoai (*French Fries*) và làm khoai *chips* (*potatoes chip* – khoai tây chiên lát mỏng) thì họ ướp muối, chất bảo quản, và dầu vào chung, khiến khoai lang lẫn khoai tây trở thành món ăn có thể gây hại. Chưa kể khi ăn khoai tây chiên, khoai lang chiên, và *chips*, người tiêu dùng thường uống kèm theo Cocacola hay Pepsi, dẫn đến dễ bị tiểu đường hơn.

Thực tế, nếu chúng ta ăn khoai lang luộc hay chế biến sơ và ăn vừa phải thì khoai lang có thể là nguồn dinh dưỡng tốt. Khoai lang có xơ, tinh bột phức tạp, vitamin A, vitamin C, vitamin E, sắt, protein, và canxi. Khi ăn khoai lang có thể ăn luôn vỏ, nơi có nhiều xơ hơn cả *Oatmeal* (bột yến mạch) khi ăn cùng số lượng.

Khoai lang rất dễ trồng. Tôi còm lưng chấm bông mãng cầu mà chỉ được hơn chục trái mỗi cây, trong khi tôi chỉ thả vài củ khoai lang nhỏ năm ngoái ra vườn mà giờ nó bò khắp nơi, chỗ nào đào lên cũng có củ. Cứ vài tuần, ngọn rau khoai lang mọc đầy vườn, má tôi lấy vào nấu canh ăn.

Khi ăn khoai lang đúng cách và vừa phải, khoai lang có thể là nguồn dinh dưỡng quý cho cơ thể chúng ta. Đúng là tội nghiệp khoai lang, bản chất là tốt nhưng bị người ta cho thêm vào phụ gia, chỉ mong là ngon hơn, đẹp hơn, thơm hơn, nhưng rồi cuối cùng thành đồ ăn dinh dưỡng xấu.

Ở đời cũng vậy, có lẽ ai ai chúng ta bản chất cũng tốt, nhưng bởi sóng gió cuộc đời hoặc lý do nào đó, phải thêm "phụ kiện" gắn vào khiến vài chúng ta vô tình trở thành người xấu.

Mùi hoa bưởi

Má tôi nói mùi hoa bưởi thơm lắm. Mấy cô gái trong xóm tôi ngày trước tắm nước giếng có pha hoa bưởi làm thơm tóc, mỗi lần đi ngang là hương tỏa ra thoang thoảng làm mấy chàng ngẩn ngơ.

Bởi vậy, tôi háo hức đón chờ hương thơm này khi những cây bưởi trong vườn nhà bắt đầu trổ bông. Tôi tưởng tượng trong buổi sớm mai thanh khiết lành lạnh cuối đông, tôi sẽ pha ấm trà nóng, vừa nhâm nhi vừa hít hà hương bưởi dìu dịu vào lồng ngực.

Thế mà tôi đợi mãi không thấy hương thơm nào cả. Buổi sáng đi tới đi lui ngoài vườn, hít ra hít vào mà vẫn chẳng thấy mùi hoa bưởi, tôi cẩn thận nhìn kỹ lại thấy những cánh hoa đã nở gần hết mà sao vẫn chưa nghe mùi.

Tò mò, tôi vạch lá, cẩn thận né những cái gai bưởi to để lần tìm chùm hoa có vài bông đang nở, rồi đưa mũi vào hít hà mùi hương mình đang tìm. Một hương thơm thanh nhẹ thoát ra, làm tôi ngây ngất, muốn đưa mũi gần hoa hơn nữa. Bỗng một bên mặt của tôi đau nhói, hóa ra là một cái gai nhọn vừa đâm vào, tôi lật đật né ra nếu không sẽ bị chảy máu. Thì ra, muốn thưởng thức hoa đẹp hương thơm cũng lắm công phu, không cẩn thận còn bị gai đâm.

Sau này tôi hỏi lại mới biết rằng hồi xưa, nhà hàng xóm trồng nguyên cả vườn bưởi có hàng chục cây bưởi lớn nở mấy trăm bông một lần nên hương mới lan ra cả xóm. Còn tôi, chỉ trồng vỏn vẹn vài cây mới lớn, mỗi cây có gần chục bông nên dĩ nhiên không thơm cả vườn như tôi tưởng tượng.

Mà không sao, giờ muốn ngửi hoa chỉ việc kéo hoa vào lòng thì sẽ có mùi hương thôi.

Ổi chanh cuối mùa

Sớm nay, chớm lạnh đã về bên vườn nhà. Những chiếc lá thu đầu tiên đã bắt đầu chuyển mình từ màu xanh lá căng nhựa sống sang vàng bí ẩn. Cây ổi chanh sau vườn nhà tôi cũng vậy, đã có lác đác lá vàng, nhưng vàng hơn cả là những trái ổi chanh cuối mùa, nổi bật trong tán lá um tùm.

Lúc đầu, tôi không ưng loài cây này lắm vì có nhiều trái quá. Có dạo, mỗi sáng sớm, má tôi cứ phải quét dọn những đám ổi nho nhỏ nằm sõng soài trên mặt sân, rơi rụng chỉ sau cơn gió thoảng. Tôi cũng ít chú ý đến cây ổi chanh vì nằm khuất trong vườn và quan trọng nhất là trái ăn vào mùa hè có vị hơi chua, chan chát. Ổi này có hương thơm thoang thoảng mùi chanh, nên còn gọi là ổi chanh.

Nhưng suy nghĩ này của tôi đã thay đổi trong một lần vô tình ăn một trái ổi chanh đầu thu. Trái có vị ngọt, đã vàng đều, da mỏng mềm mại như làn da cô gái tuổi trăng tròn, một mùi thơm thanh dịu thoảng lên khi tôi bóp nhẹ khiến chất nước ngọt bên trong chảy ra. Mùi chanh càng nồng hơn khi đưa sát lên mũi. Tôi ăn một lượt mười trái mà vẫn thấy chưa đã.

Ổi chanh, vừa nghe tên thấy chua và chát, nhưng nếu ăn đúng lúc lại cảm nhận được sự mềm mại lại có vị ngọt ngào. Có lẽ cuộc đời cũng vậy, có những thứ ban đầu chua chát nhưng đến đúng thời điểm sẽ trở thành ngọt ngào.

Nhưng ai biết khi nào là đúng lúc để chờ và đợi. Ổi chanh của cuộc đời nào ngọt ngào, thơm chín nếu chúng ta không có mùa thu.

Bông mãng cầu

Sáng nay ra vườn, thấy hai bé mãng cầu lớn được gần ba tuần tuổi, lòng tôi bỗng nhẹ bẫng trong ánh nắng.

Năm nay, chấm bông mãng cầu cực hơn những năm trước. Vài tháng trước, Los Angeles vào trưa nóng như lửa khiến hàng cây mãng cầu èo uột, lại thêm năm nay cây ít trổ bông nên việc thụ phấn vất vả hơn. Có những hôm hoa đực nhiều thì ít hoa cái. Có hôm hoa cái nhiều mà không đủ hoa đực để tìm phấn. Một buổi chiều mát trời, gió nhè nhẹ, tôi vạch từng cánh hoa cái, dùng cây cọ nhỏ từ từ đưa phấn của hoa đực vào bên trong, y như những con ong cần mẫn chui ra chui vào. Khi cây đậu được trái mãng cầu con được gần một tuần tuổi, tôi thấy tỷ lệ rụng trái non năm nay nhiều hơn. Có hôm rụng hơn phân nửa mặc dù hôm trước vẫn còn trên cành.

Bởi vậy, sáng ra thấy hai bé mãng cầu đã bắt đầu cứng cáp, to gần bằng ngón tay cái, tôi mừng thầm, mong rằng chúng sẽ không rụng sớm.

Cây mãng cầu muốn nuôi trái đã khó khăn như vậy, huống chi là con người. Khi người mẹ mang thai đã là một kiệt tác của tạo hóa. Chắt chiu sức khỏe để bảo vệ và truyền dinh dưỡng cho đứa con đang lớn trong bụng, như cây mãng cầu ngoài kia, đang gồng mình trước nắng gió để chắt chiu bảo vệ những trái xanh non bé bỏng.

Rồi có ngày, những trái xanh non nhỏ xíu bằng ngón tay sẽ lớn thành những quả mãng cầu to sần sùi, nặng oằn nhánh, chín mềm bên trong thịt trắng ngọt thơm phức, như đứa con bé bỏng ngày một lớn khôn.

Khế chua khế ngọt

Sáng ra vườn, thấy cây khế mới ngày nào đầy bông giờ đã lủng lẳng trái đong đưa trong gió mùa thu. Tôi tự hỏi không biết loại khế này sẽ là chua hay ngọt?

*

Ngày trước nhà tôi có trồng hai cây khế: ngọt và chua. Tôi thì thích cây nào có trái bự nên giành phần mình, ai dè đó là cây khế chua. Loại này nhìn lá xanh, hoa đỏ đậm, trái xanh bự nhìn đã mắt nhưng cắn vào thì phải kèm đĩa muối ớt. Cây khế kia trái nhỏ hơn, có hoa nhỏ màu hồng, khi chín trái khế ngọt vàng đều, mềm, cắn vào nước ngọt chảy ra ngoài, và không cần đĩa muối ớt. Cây khế chua có thân to lớn, cao quá mái nhà lá bên cạnh. Buổi trưa, tôi hay trèo lên cây, rồi leo xuống mái nhà lá, nằm gác chân nhìn trời xanh qua kẽ lá khế đu đưa.

Trái khế có nhiều vitamin và giàu chất dinh dưỡng như vitamin C và B, kèm theo khoáng chất, chất xơ, và cả *flavonoid* chống oxy hóa. Quý vị mắc bệnh thận, khả năng lọc thận yếu nên cẩn thận khi ăn khế do trong trái có *neurotoxin* có thể tích tụ trong máu. Như bất kỳ đồ ăn nào, quý vị nên dùng vừa phải. Dùng quá nhiều một thứ có thể gây hại.

Khế ở California đa số là khế ngọt, nhưng thỉnh thoảng cũng có vài cây chua. Thường chỉ khi trồng ra trái, ăn vào mới biết khế chua hay ngọt. Biết tôi cố tình mua loại khế chua cho khu vườn mới của mình vì đã có khế ngọt ở khu vườn cũ, ông chủ vườn cười bảo: "Ai cũng thích trái ngọt, còn con thì kiếm trái chua". Tôi chỉ cười vì không muốn kể ra cây khế đầu tiên ngày xưa mình xí phần là một cây khế chua.

Hồng đào năm ngoái, năm nay vẫn hồng

Năm nay, ngoài mận hồng đào, tôi còn trồng thêm mận xanh, mận trắng, và mận da người (mận hỏa tiễn). Mấy cô chú trồng mận dặn là phải trồng mấy cây này cách xa nhau, nếu không chúng sẽ dễ thụ phấn với nhau, làm trái mận mất màu nguyên gốc của nó.

Tôi nghe lời, trồng mấy cây mận này cách xa nhau. Mấy hôm nay tôi mừng lắm vì thấy mận hồng đào nhà tôi không đổi màu. Năm nay, cây mận hồng đào này vẫn đỏ thắm, thậm chí sắc đỏ càng đằm thắm hơn.

Tôi đoán nhạc sĩ Trịnh Công Sơn ngày xưa chắc là thích ăn mận hồng đào, vì môi trái mận đỏ thắm như đôi môi cô gái, nhìn vào là muốn cắn.

"Một cuộc tình nhỏ bé

Trên đôi môi hồng đào

Đường đời xa lắm nhé

Em không nhớ tôi sao".

Chiều nay về nhà, nhìn chùm mận đỏ vừa chín chúm chím, tôi chợt nhớ đến bài hát *Môi hồng đào* của nhạc sĩ Trịnh Công Sơn.

Màu hồng đào là màu của vị ngọt thanh, thấm nhẹ vào đầu lưỡi, pha lẫn cái giòn tươi kèm chút chua nhẹ của trái mận vừa chín, như vị chua chua ngọt ngọt nụ hôn đầu của cô thiếu nữ tuổi mười sáu trong bài nhạc Trịnh.

Tôi cứ lưỡng lự mãi không biết có nên hái mận xuống ăn hay là cứ để vậy mà ngắm môi hồng đào.

Má tôi kêu hái mận xuống ăn đi, tôi mà không hái thì mận cũng sẽ rụng. Sau một hồi suy nghĩ, tôi hái chùm mận ăn ngon lành trong lúc nghe lại bài hát *Môi hồng đào.*

"Tôi cần nhìn lại

Nắng trong nụ cười

Một lần em đã đến

Hân hoan ôi cuộc đời...."

Má tôi nói đúng, bẻ trái mận hồng đào ăn lúc tươi nhất, ngọt nhất, mới cảm nhận được cái giòn tan ngọt ngào của xuân thì. Nghĩ lại, thanh xuân của hồng đào sau mà qua nhanh quá, và tìm đúng người thưởng lãm được hồng đào trong lúc thanh xuân lại càng khó hơn.

Chờ sung rụng

Hồi nhỏ, nghe ngoại tôi hay nhắc "Con đừng có ngồi chờ sung rụng" mà tôi không hiểu ý lắm. Tôi chỉ đoán trái sung chắc là lâu chín, tôi không nên chờ trái rụng để ăn. Sau này ba tôi giải thích ai ngồi chờ sung rụng là những người làm biếng, không biết tạo cơ hội cho mình.

Ba tôi kể có anh chàng làm biếng kia, đói bụng nhưng không muốn đi kiếm ăn. Anh đi đến một cây sung thấy có nhiều trái chín trên cành, liền nằm há miệng chờ sung rơi vào. Nằm chờ lâu thì có cơn gió thổi trái rụng lộp độp, nhưng không trái nào rơi trúng thẳng vào miệng nên anh ta đói tiếp.

Anh ta tức lắm, định vươn tay lụm mấy trái sung chín bỏ vào miệng nhưng lại làm biếng nằm chờ, định cơn gió sau trái sẽ rụng thẳng vào miệng mình. Anh nằm chờ tiếp không thấy gió đâu, đói bụng chịu hết nổi bèn ngồi dậy kiếm mấy trái sung rụng gần bên nhưng lúc này bọn sóc đã ăn hết. Anh chàng lại phải chịu đói bụng.

Ba tôi kết luận: "Con thấy không, mấy trái sung vừa chín trên cây như cơ hội trong cuộc đời, khi con siêng đi tìm kiếm sẽ thấy. Khi thấy trái nào chín là con bẻ liền. Còn nếu nó chín nó rụng gần mình thì con lụm liền. Như vậy, lúc nào con cũng có sung để ăn".

Sáng nay thấy cây sung sau nhà ra trái, tôi mừng lắm, nhớ lời ba nói ngày xưa, tôi bắt đầu tìm kiếm sung chín bằng cách lấy tay bóp bóp mấy trái sung còn non.

Tôi không chờ sung rụng, tôi chờ trái sung vừa chín thì sẽ bẻ ăn ngay. Vì cơ hội cũng vậy, cũng như trái sung chín, phải siêng tìm, và tìm thấy phải ăn liền.

Cánh phượng hồng

Chiều nay đến thăm nhà một bác sĩ đồng nghiệp ở vùng Los Angeles, tôi có khoảnh khắc há hốc lên "wow".

Không phải vì hàng chục cây mãng cầu đậu đầy trái, không phải vì hàng trăm trái hồng giòn còn xanh, mà vì một cây phượng lẻ loi đầu ngõ nở hoa đỏ rực một góc trời.

Đã lâu rồi tôi không được chạm vào những cánh hoa đỏ rực, không được cảm nhận cái manh mảnh mịn màng của cánh hoa, không sờ được những sợi nhụy đen bóng mọc cong ra ngoài, mà phía đầu còn vương phấn vàng với mùi thơm dìu dịu.

Hồi còn đi học phổ thông, tụi tôi thỉnh thoảng trốn học buổi chiều, chạy vào khu phân hiệu đại học Bạc Liêu tìm hái hoa phượng. Lúc đó tôi tập tành leo lên cây hoa phượng cao ơi là cao, bẻ nguyên cành còn hoa lẫn lá, rồi háo hức ngắt cánh và nhụy hoa ra, ép vào tập vở làm bướm dành tặng "ai đó". Xong, cả đám để hoa trước giỏ xe đạp về nhà, màu hoa phượng đỏ nổi bật trên chiếc áo dài trắng eo thon buổi ban trưa, làm dịu đi góc phố mùa hè trong con hẻm nhỏ.

Bây giờ, tôi đang ngẩn ngơ ngắm lại nhành hoa phượng đỏ ở một nơi xa lắc, Los Angeles, Hoa Kỳ. Theo thói quen, tôi rướn người vươn tay kéo cong nhành phượng xuống gần mặt, định bẻ hoa ép giấy làm bươm bướm như ngày xưa. Nhưng rồi thoáng nghĩ ngợi, tôi thả tay ra, nhành hoa phượng được tự do, bung bật lên cao, lắc qua lắc lại như cảm ơn vì tôi đã không hái hoa bẻ cảnh.

Nhánh phượng đu đưa trong gió, kiêu hãnh căng cánh mỏng đỏ đẹp giữa bầu trời xanh biếc để lại tôi đứng dưới nhìn lên, tự hỏi, nếu có hái hoa ép bướm, thì tôi sẽ cho ai con bướm phượng bây giờ?

Trà hoa nữ

Dọn vào nhà mới, tôi trồng lại tất cả cây trong vườn theo kiểu vườn Việt Nam.

Tôi thay thế hai gốc cây thông cổ thụ hai người ôm bằng cây nhãn, sa-pô-chê, và mãng cầu. Tôi cũng định đốn bỏ hàng cây rậm rạp dọc theo lối đi quanh nhà, nhưng xem lại thấy hàng cây này cũng đẹp, được trồng thẳng tắp ngay ngắn, lá nhìn giống lá cây hoa hồng nhưng thân cây chắc, to, và cao hơn nhiều nên tôi quyết định giữ lại, chỉ cắt tỉa cành cho gọn gàng hơn.

Khi Tết chuẩn bị đến, hàng cây xanh lụp xụp, rậm rạp hôm nào bỗng thay da đổi thịt. Từ giữa những tán lá xanh nhú lên những búp măng nho nhỏ. Các búp này thoạt nhìn giống hoa hồng khi vừa nhú, nhưng ngày càng to dần, nở ra bằng cả nắm tay của tôi.

Sáng tinh mơ, tôi đi dạo trong vườn, đang ngái ngủ mà chợt bừng tỉnh vì các búp hoa hôm kia đã nở thành những bông hoa trắng, hồng, và đỏ. Giữa màu hoa rực rỡ là những sợi nhụy vàng, cánh hoa rung rinh tráng lệ trong ánh ban mai. Như thói quen, tôi đưa mũi ngửi thử thì thấy hoa không có mùi gì. Tôi nhớ là mình đã xét nghiệm âm tính Covid-19 gần đây và vẫn ngửi được mùi tô phở xe lửa hay chén nước mắm bên đĩa cơm tấm sườn bì.

Vậy là hoa đẹp, nhưng không có mùi ấn tượng.

Hôm sau, những cánh hoa trắng hồng, dịu dàng căng bóng mịn màng đã nhanh chóng vàng úa, rũ rượi. Vài bông hoa rơi rụng xuống đất trên nền cỏ xanh, để lại khoảng trống nhỏ giữa mảng lá xanh trên cành.

Trà hoa nữ (*Camille*), loài hoa vừa nở trong vườn nhà tôi, còn là tên một tiểu thuyết nổi tiếng của nhà văn Pháp Alexandre Dumas con. Cuốn tự truyện của ông kể về mối tình với kỹ nữ Marie Duplessis. Nàng kỹ nữ xinh đẹp nức tiếng Marie có biệt danh "Trà hoa nữ" vì thường cầm theo hoa trà đỏ mỗi khi nàng có kinh, ngụ ý chưa sẵn sàng làm tình, hay cầm theo hoa trắng khi nàng sẵn sàng tiếp đón người tình.

Marie không sống lâu, nàng mất khi còn trẻ sau khi trải qua cơn bạo bệnh. Một số học giả cho rằng nguyên nhân cái chết của Marie không phải bệnh lao, mà là bệnh giang mai (*Syphilis*), một bệnh lây nhiễm tình dục nổi tiếng tại châu Âu vào thế kỷ thứ 19.

*

Sáng nay, hoa trà nữ lại tiếp tục rơi rụng trong vườn, báo hiệu mùa xuân đang đi qua. Tôi chợt nhớ đến câu thơ trong Truyện Kiều mà cụ Nguyễn Du viết về hoa trà, cũng để chỉ hình tượng người phụ nữ:

"Tiếc thay một đóa trà mi

Con ong đã tỏ đường đi lối về"

Trứng cá

Lần đầu tôi ăn trái trứng cá là do bé Hai ở trong xóm bày cho.

- Cho anh nè, trái này ăn ngon lắm!

Bé Hai đưa cho tôi một trái tròn bóng màu đỏ, cuống dài, có một chấm đen đen ở dưới đáy.

- Ăn sao hả mày? – Tôi cầm ngập ngừng hỏi.

- Anh bẻ cuống ra, đưa lên miệng, bóp mạnh thịt ở bên trong trái xịt ra, đừng ăn vỏ.

Tôi làm theo, bẻ cuống, đưa trái lên miệng bóp. Một dòng nước mát lạnh bùi bùi kèm theo những hạt nhỏ xịt vào miệng làm tôi sảng khoái giữa mùa hè.

- Trái gì ngon vậy bé Hai?

- Trái trứng cá.

- Sao gọi là trứng cá? – Tôi thắc mắc.

- Chắc là do bên trong trái có hột trắng nho nhỏ nhìn giống trứng cá. – Bé Hai suy nghĩ rồi trả lời.

- Trứng cá nào mày biết không? – Tôi hỏi tiếp.

- Hì hì, em không biết – Bé Hai cười, khoe hàm răng sún.

*

Nhiều năm sau, tôi vẫn thắc mắc là trứng cá loại gì thì nhìn giống bên trong trái trứng cá.

Tôi đoán là giống trứng cá chốt khi ăn cơm cá chốt kho sả ớt ngoại tôi nấu. Cá chốt Bạc Liêu nhỏ chỉ bằng ngón tay nhưng bụng to phình gần bằng thân cá khi vào mùa đẻ trứng. Bên trong bụng cá là hai bịch trứng bự, màu vàng tươi lúc chưa kho với sả ớt. Trứng cá chốt ăn béo bùi, trộn lẫn với vị mặn của nước mắm, đường, vị cay của ớt, mùi thơm của sả tươi làm tôi nhớ hoài.

Tôi cũng nghĩ trứng cá lóc nhìn giống trái trứng cá vì khi nấu canh chua sẽ thấy vài hạt trứng cá vàng nổi lên giữa cọng ngò, bạc hà, giá, và khóm. Nhưng giống nhất có lẽ là trứng cá lia thia vừa đẻ. Từng chùm trứng trắng vàng nho nhỏ dập dềnh trong đống nước bọt do cá trống làm tổ nhìn y hệt hạt trái trứng cá.

Hôm nay ra vườn nhà, nhìn cây trứng cá, tôi vẫn còn thắc mắc là mấy hạt bên trong giống loại trứng cá nào?

Suy nghĩ một lát, tôi bẻ cuống, bóp nhẹ vào trái, vẫn dòng nước màu vàng ngon ngọt chảy ra kèm theo các hạt trăng trắng. Nhưng lần này, tôi thấy mấy hạt trắng này quen hơn. À, thì ra chúng giống mụn trứng cá, loại bệnh mà tôi hay chữa đây mà.

Vú sữa nở hoa

Sáng nay, những cánh hoa vú sữa li ti bắt đầu rơi rụng, báo hiệu thời tiết có thể ảnh hưởng đến khả năng ra trái của cây.

Từ nhỏ tôi đã thích ăn vú sữa. Lần đầu vào vườn vú sữa của người bà con ở Ô Môn, Cần Thơ, tôi đã giật mình vì không ngờ cây vú sữa lớn vậy. Cây cao chót vót, tán lá um tùm vươn rộng, che hẳn ra ngoài con kênh nhỏ trước nhà. Lẫn trong tán lá là những trái vú sữa vào mùa, da bắt đầu căng bóng dưới ánh nắng mai như cô gái thôn quê vừa vào tuổi dậy thì.

Tôi cũng học cách ăn vú sữa từ người anh họ, nghĩa là phải vắt ra sữa rồi mới ăn thịt của trái. Anh chỉ tôi cách tìm những trái vú sữa chín, khi da ngoài bắt đầu căng bóng, tròn đều hai bên, cùi trái hơi thụt vào trong và có mùi thơm nhè nhẹ khi ngửi.

Sau khi tìm được trái vú sữa chín cây, tôi bẻ xuống, bóp nhẹ bên ngoài cho đến khi trái mềm dần mới rút cùi trái ra. Tôi ngửa cổ, húp xì xụp từng giọt trắng đục ngọt ngào tươi mới bên trong rồi bẻ làm đôi. Lúc này những múi thịt trắng nõn, lờ mờ bên dưới là vài hạt đen hiện ra. Tôi lột ngược trái vú sữa từ trong ra ngoài, đưa những miếng thịt thơm lên miệng cắn ngon lành. Lần đó, tôi ăn một lượt năm trái, no đến nỗi không buồn ăn cơm.

*

Tôi muốn trồng vú sữa trong vườn nhà đã lâu nhưng khí hậu Los Angeles mùa đông thường lạnh lẽo nên không phù hợp. Mấy năm trước, tôi có trồng thử vú sữa nhưng cây nhỏ, không trổ bông, và không sống nổi qua mùa đông. Năm nay, tôi trồng cây vú sữa bự hơn, gốc lớn, cành cao, đặc biệt là cây vừa ra hoa mấy tuần nay, làm tôi bùng lên hy vọng cây sẽ có trái.

Có người nói là trồng vú sữa ở Cali mà cây có bông đã là hên lắm, nói chi là cây có trái. Tôi thì không biết hên hay xui, chỉ biết cứ tiếp tục trồng. Vì dẫu rằng có thể cây vú sữa vườn nhà không có trái, hay thậm chí không có cả bông, thì với tôi, trồng được cây đã là vui rồi.

Cuộc đời này đâu cần phải đạt được mục tiêu hay đi đến đích mới là thành công. Đôi khi chỉ cần dám bước đi và nhìn về hướng đích cũng đủ mãn nguyện rồi.

Xoài chín nắng

Tôi thích màu vàng của xoài vừa chín nắng, cái màu không lẫn vào đâu được trong tán lá xanh um tùm.

Nhà tôi lúc ở Cái Dầy, Bạc Liêu có bốn cây xoài cổ thụ. Mỗi cây đều cao to, vươn cành lá che chắn cho căn nhà mái tôn bên dưới. Cây xoài cát gần cửa nhà có cành lá um tùm nhất, che gần hết một nửa mái tôn phía trước. Buổi trưa đi học về, tôi trèo lên cây xoài, nhón người bước nhẹ lên mái tôn, nằm gác tay lơ đãng nhìn trời xanh qua kẽ lá.

Mùa xoài chín, từng chùm trái to bự nặng trĩu cạ vào mái tôn theo từng cơn gió. Ban đêm, cứ có gió mạnh thổi qua là xoài rụng lộp độp trên mái nhà, lăn tròn mấy vòng rồi rơi xuống sân.

Trái xoài vừa chín nắng sẽ dần chuyển màu, từ xanh lá cây có chút vàng nhẹ, sau đó chuyển sang vàng rám nắng, có khi vàng ửng hồng như má cô gái tuổi trăng tròn. Dù bên ngoài trái xoài chỉ là màu xanh điểm chút vàng, nhưng bên trong thịt xoài đã chín ươm thơm phức.

Thuở ấy, xoài nhà tôi chín nhiều đến nỗi tôi ăn hoài không hết. Bởi vậy tôi hay nằm gác chân trên mái nhà ăn xoài theo kiểu "đại gia". Tôi đưa trái xoài chín nắng lên cắn chỗ đầu cuống, lột vỏ, ngoạm vào phần thịt hai bên hông dày cơm rồi quăng bỏ phần còn lại của trái. Tôi đã từng ăn xoài phí phạm như vậy, mà sau này qua định cư ở Michigan thèm xoài chín cây quá trời nhưng lại không có để ăn.

Dọn về California ở, tôi trồng nhiều cây xoài trong vườn. Tôi cố tìm Xoài Thái, Xoài Mễ, và cả Xoài Cát của Việt Nam loại cao to để trồng. Tôi cũng cố tình trồng mấy gốc xoài ở những góc khác nhau trong vườn như nhà tôi khi xưa.

Sáng nay nhìn từng chùm xoài chín cây, tôi vui mừng hái trái vào, cẩn thận cắt hai miếng thịt hai bên hột trái xoài tròn tròn. Theo thói quen, tôi đưa miếng xoài lên mũi, hít hít vào cho hết mùi thơm xoài vừa chín tới, cắn một phát và tận hưởng vị ngọt lịm, thanh vàng trong buổi sáng của mùa thu. Tôi tự hỏi không biết khi nào mấy cây xoài trong vườn mới thành cổ thụ như cây xoài hồi xưa của nhà tôi để được thêm một lần nữa trở về ngày đó, ăn xoài theo kiểu "đại gia"!

Khóm cuối mùa

Cái nắng ban trưa đã bắt đầu dịu xuống, ông mặt trời khuất sau bụi tre già, báo hiệu buổi chiều đang đến. Tôi len lỏi theo bước chân của ba, luồn qua đám cây bụi đi ra bên hông nhà.

- Khóm cuối mùa ăn ngon lắm con!

Ba tôi vừa vạch bụi cây tìm đường vừa nói, tay cầm theo con dao phay.

Ba mới trồng mấy bụi khóm gần đây, từ mấy chồi khóm của người bạn cho. Tôi nghe ba má tôi nói phong thanh là nhà tôi chuẩn bị dọn đi nơi khác, ở gần sông Cái Dầy và nhường đất này để cất chợ nhà lồng. Vì vậy, mấy cây trong vườn ít ai chăm sóc bởi trước sau gì cả nhà cũng sẽ dọn đi. Nghe nói mà lòng tôi buồn man mác vì đã bắt đầu quen với từng cái ao, bụi chuối, và hàng dừa mọc ven hông nhà.

Nhà cũ của tôi nằm gọn phía sau trường học của ấp Hòa Hưng. Mùa mưa đến nước dâng cao làm con đường độc đạo dẫn vào nhà nằm giữa hai cái ao biến mất. Căn nhà như ốc đảo nhỏ nằm phía sau trường. Ba tôi lấy mấy thanh cọc chống làm dấu hai bên đường để chị em tôi đi học về sẽ đi giữa hàng cọc không bị rớt xuống ao. Mỗi lần đi học về, chị em tôi lại xắn quần, lận sách vào lưng, lội sình bì bõm vào nhà. Thấy vậy, ba lấy mấy cây đước đóng nẹp lại như chiếc bè bỏ xuống nền, rồi vớt lục bình hai bên ao đắp lên làm con đường khô ráo cho chị em tôi đi học.

Chỉ mới vài tháng mà mấy chồi khóm ba trồng vội nằm gần đám dừa bên hông nhà nay đã mọc um tùm. Tôi đã thấy trái khóm nhiều lần, chủ yếu do ngoại tôi mang lên từ chợ Bạc Liêu nhưng chưa bao giờ thấy cây khóm mọc thế nào. Lúc đầu, đám chồi chỉ mọc toàn gai mà bây giờ đã thành những bụi khóm lớn với nhiều gai góc và lá khóm vươn ra nhọn hoắc, tua tủa như cánh hoa.

Ở giữa đám gai góc ấy là mấy trái khóm màu vàng đục to như bàn tay của ba tôi. Có trái bị chim ăn một bên, lòi ra phần thịt vàng ươm, chảy nước ra bên rìa mép. Mấy trái khác thì chín vàng nâu, thân đã sẫm màu. Trái khóm tuy nhỏ nhưng mắt khóm nở to, căng tròn, bị sạm do ánh nắng mặt trời. Ba tôi bước tới bụi khóm, lấy dao phay cắt mấy trái đem vào nhà.

*

Chiều nay ra vườn, má tôi nói:

- Mãng cầu cuối mùa ăn ngon lắm con!

Tôi nhìn kỹ từng trái mãng cầu cuối mùa. Từng mắt mãng cầu mở lớn, căng to, bị nắng ăn xám xịt như có màu thời gian quện lên. Có trái mãng cầu khác bị vài vết nứt loang lổ như những cánh đồng khô nứt nẻ vết chân chim, lòi ra cả chút mảng thịt trắng trắng bên dưới khe. Tôi chợt nhớ về mấy trái khóm cuối mùa ngày xưa, cũng vàng xám xịt, mắt mở to thấm đầy vết loang lổ của thời gian.

Tôi mỉm cười, cầm trái mãng cầu đưa lên mũi ngửi và nhớ đến câu nói năm xưa của ba: "Trái cuối mùa nào lúc nào cũng ngon cả vì đó là đợt ra trái cuối cùng".

Tiếng cóc rụng

Hồi nhỏ, má thường dẫn tôi qua nhà người bạn gần nhà máy gạo bên kia sông Cái Dầy. Căn nhà im lìm nằm thu lu cặp theo khúc quẹo của bờ sông, buổi trưa, gió mát ngoài sông thổi vào mát rượi.

Tôi vào nhà chơi, ngồi co chân trên bộ ngựa gỗ (giường ngủ) láng bóng nghe bác Tám đang vừa đu đưa trên chiếc võng cọt kẹt vừa kể chuyện hồi xưa.

Đang ngồi nghe chuyện "Tần Cối Nhạc Phi" thì mấy tiếng bụp bụp rồi độp độp trên mái tôn và nền đất khiến tôi ngạc nhiên nhìn ra, chưa kịp hiểu chuyện gì thì bác Tám đã cười nói:

- Cóc chín rụng đó con!

Tôi nhìn ra ngoài vườn, nơi có cây cóc cổ thụ sum suê tán lá che bóng mát cả một góc nhà. Khi gió mạnh thổi qua, thỉnh thoảng vài trái cóc chín rụng lịch bịch, làm vỡ lớp vỏ cháy vàng lộ ra phần thịt thơm dịu trắng ngần bên trong.

Chế (chị) Mùi nhìn tôi hiểu ý, ngoắc tay dẫn ra vườn, lấy cây thọc mấy trái cóc vừa chín cho tôi đem về. Hôm đó, tôi ăn một lần ba trái, đến nỗi đau bao tử. Tôi học rất nhanh là dù trái cóc chín trông có vàng ngọt cỡ nào thì cũng không nên ăn nhiều quá vì vị chua chua ngọt ngọt của nó làm đau bao tử và khó tiêu.

Sau này đi Sài Gòn học, thỉnh thoảng trên đường về Bạc Liêu ngang qua phà Cần Thơ, tôi ngồi trong xe nhoài đầu ra cửa sổ, nhòm theo mấy chùm cóc ghim xanh vàng để gần bịch muối ớt trắng đỏ đội trên đầu của mấy cô bé bán hàng rong là lại chảy nước miếng.

- Anh ăn cóc đi anh! - Cô bé hàng rong mời gọi.

Tôi gật đầu kêu mua một xâu cóc ghim, không quên dặn lại:

- Lấy cho anh trái cóc nào chín thật chín nha!

Tôi nhanh chóng há miệng cắn trái cóc chín vừa mua, thầm so sánh, cóc chế Mùi nhà bà Tám hình như ngon hơn cóc phà Cần Thơ. Cóc Phà Cần Thơ ngọt thanh, không ngọt bùi và không thơm lừng như của nhà bà Tám. Có lẽ là do cóc miễn phí lúc nào cũng ngon hơn cóc mua. Chưa hết, tôi cảm nhận cóc Phà Cần Thơ còn có thêm mùi mằn mặn của gió sông Hậu hay mùi mồ hôi cô bé còn nhỏ, đang tuổi đi học mà phải đi bán trái cây.

Trái cóc có nhiều vitamin và chất dinh dưỡng, như vitamin B1, canxi, vitamin A, C, và đặc biệt là sắt. Cóc có phần xơ tự nhiên giúp tiêu hóa tốt nếu ăn vừa phải. Điểm thú vị nữa là lá cóc non có thể dùng trộn *salad* hay làm gia vị thức ăn.

Qua Mỹ, lần đầu thấy trái cóc non đông lạnh đóng bịch ở Michigan, tôi cầm lên nhìn dòng chữ *Made in Vietnam* mà lòng xốn xang nghĩ về khu vườn nhỏ nhà bà Tám, nơi có tiếng cóc rụng ngày xưa và nhớ cả trái cóc bến phà lồng lộng mùi gió từ sông Hậu.

Vườn nhà tôi ở Mỹ giờ đã có trồng cây cóc, mỗi năm cây ra nhiều trái nhưng tôi không bẻ ăn. Tôi cố tình đợi trái cóc chín, rồi chờ nghe tiếng rụng lịch bịch quen thuộc của ngày xưa, mà sao chờ hoài không thấy. Hôm nọ hỏi thì má phì cười, bảo cóc vừa chín là mấy con sóc đã ăn hết. Hèn chi tôi không nghe tiếng cóc rụng ngoài vườn, chỉ thấy có tiếng gì vừa rụng trong tim.

Chà là và câu chuyện “Nghìn lẻ một đêm”

Lúc nhỏ, tôi rất mê truyện cổ tích Nghìn lẻ một đêm. Tôi vừa đọc bản dịch trên giấy màu, vừa nhìn các hình vẽ minh họa, vừa mơ màng tưởng tượng về đất nước Ba Tư (Iran ngày nay).

Ở xứ sở xa xôi đó, có vị vua tên là Shahriyar, cai trị đế chế Ba Tư rộng lớn từ Trung Đông sang châu Á. Lúc đầu, Shahriyar là một vị vua anh minh, nhưng vì vợ và các phi tần của ông ngoại tình nên ông đâm ra chán ghét và thù hận tất cả phụ nữ trên đời. Để trả thù, cứ mỗi ngày ông vua này cưới một cô gái, ngủ với cô ta một đêm, và sáng hôm sau thì giết. Kinh thành trở nên hoảng loạn vì ông vua này có thể tìm bất kỳ cô gái nào để lấy làm vợ và sau đó giết chết.

Đến Sheherazade, con gái tể tướng, thấy kinh thành lâm nguy khi rất nhiều phụ nữ bị sát hại, nàng tình nguyện xin làm vợ vua. Tể tướng sợ con gái bị giết nên tìm mọi cách can ngăn, nhưng cô vẫn kiên quyết với ý định của mình. Như những lần trước, sau khi chăn gối, vua định chuẩn bị giết

Sheherazade thì nàng bắt đầu kể một câu chuyện cho vua nghe. Khi mặt trời mọc cũng là lúc đến đoạn hấp dẫn nhất, nàng liền ngừng kể. Ông vua vì tò mò ra lệnh khoan giết nàng để tối đến có thể tiếp tục nghe nàng kể chuyện.

Thế là Sheherazade liên tục kể cho vua nghe suốt gần ba năm trời (hơn một nghìn đêm) với hàng ngàn câu chuyện. Sau gần ba năm, vua dần không còn nóng nảy, ghét hờn phụ nữ mà thay vào đó, ông thương nàng Sheherazade và quyết định không giết nàng nữa.

Trong những câu chuyện nàng Sheherazade kể, tôi nhớ có chuyện nàng kể về trái chà là, là một loại trái đặc trưng của vùng Trung Đông. Trái này ăn tươi, ăn khô, làm mứt hay làm gỏi đều được. Tôi bèn thắc mắc trái đó ăn thế nào.

Nhiều năm sau, tôi mới có dịp ăn trái chà là khô. Và bây giờ, trong vườn nhà tôi đã có trồng cây chà là. Năm nay, cây ra hoa, nở từng chùm trắng như hoa dừa, đậu được vài trái chà là con con. Vậy mà khi nắng ghé qua, cộng thêm gió lớn, làm rụng mất chùm chà là con. Tôi nhìn buồng chà là xơ xác mà buồn đứt ruột.

Tưởng là tôi không có duyên ăn chà là tươi thì một hôm có người tặng vài chùm chà là vừa hái xuống. Tôi mừng quá, mân mê chùm chà là mới chín, bẻ thử một trái đưa lên miệng ăn, cảm nhận vị ngọt thanh dịu, có chút chan chát, rồi giòn tan trong miệng.

Tôi nhắm mắt, mơ màng nhớ đến xứ Ba Tư ngày trước, có Aladin và cây đèn thần, có ông vua thích nghe kể chuyện, tưởng tượng mình đang ngồi trong hoàng cung dát vàng, buổi tối có ánh đèn le lói và giọng nàng Sheherazade thì thầm kể "hồi xửa hồi xưa..."

Trái vải nước Nam và Dương Quý phi

Chiều nay ra vườn, tôi đã thấy vài chùm vải đầu mùa vừa chín ửng hồng. Cầm trái vải trên tay, tôi lột nhẹ lớp vỏ sần sùi bên ngoài, lộ ra khoảng thịt trắng ngần thơm phức bên trong. Đưa trái lên ngửi hương vị chín đầu mùa, tôi chợt nhớ đến câu chuyện Dương Quý Phi và trái vải nước Việt.

Dương Quý Phi (719-756) là một trong tứ đại mỹ nhân của Trung Quốc. Sử sách ghi lại, Dương Ngọc Hoàn vào cung năm mười bốn tuổi để làm phi (cho con trai của Vua Đường Minh Hoàng là Lý Long Cơ), đến năm hai tư tuổi thì được phong làm Quý Phi của vua. Từ lúc vua Đường gặp Dương Quý Phi thì ông xao lãng triều chính, cuối cùng dẫn đến nổi loạn của An Lộc Sơn, làm nhà vua suýt mất mạng, phải cùng Dương Quý Phi chạy trốn ra ngoài kinh thành Trường An.

Dương Quý Phi có một món ăn yêu thích là trái vải của nước Nam (vùng Lĩnh Nam, Giao Chỉ, là một phần của nước Việt Nam sau này). Sách kể Quý Phi chỉ thích ăn trái vải còn tươi nên quân lính phải ướp vải bằng mật hoặc muối, có khi phải bứng nguyên cây vải, dùng ngựa kéo xe ngày đêm từ nước Nam về kinh đô Trường An cho nàng thưởng thức.

Quý Phi thích ăn vải đến mức mỗi lần thấy vải là nhoẻn miệng cười, bởi vậy về sau trái vải còn có tên là Phi Tử Tiếu (nụ cười Vương Phi). Thậm chí, trước khi bị bức tử bằng dải lụa trắng, Quý Phi vẫn muốn được ăn chùm vải tươi trước khi chết. Đường Minh Hoàng thương Quý Phi nên kêu lính phải tìm cho bằng được quả vải để nàng được thỏa ý nguyện.

Ngày nay, vải thiều là một đặc sản của Việt Nam, nổi tiếng cơm dày, ngọt bùi, thơm ngon, và nhiều chất dinh dưỡng. Nếu như hơn ngàn năm trước, Nhà Đường có Dương Quý Phi thích ăn vải nước Nam thì hiện nay Trung Quốc là thị trường xuất khẩu chính của trái vải Việt Nam.

*

Ăn vải đầu mùa tại Los Angeles ngay chính tại vườn của mình, cảm nhận vị ngọt hậu, mùi thơm của nắng hòa quyện vào từng múi thịt trắng ngần, tôi thấy mình quá may mắn.

Tôi không nổi tiếng hay quyền lực như Dương Quý Phi nhưng vẫn có thể được nếm trái vải thơm tươi ngay trên cành. Chỉ có điều năm nay nóng quá, tôi phải chăm tưới nước mới có được những trái vải Phi Tử Tiếu.

PHẦN 2

Nơi tôi đã đến!

Amsterdam - hoa cúc dại

Tôi đang ôm gối mơ màng về những con gấu trắng khi bay qua vùng Bắc Cực thì cảm giác chiếc Boeing 787-10 hạ dần độ cao. Dàn đèn led trên trần từ từ bật sáng, báo hiệu sắp đến phi trường Amsterdam Schiphol của Hà Lan.

Khi học trường Kiến trúc, tôi học nhiều điểm thú vị về Hà Lan, về kiến trúc, kỹ thuật, và công nghệ giúp cho đất nước có phần lớn dân số sống dưới mực nước biển có thể sống ổn định. Các kỹ thuật về đê bao và chống ngập, chống lụt ở Hà Lan được xem là bài học kiến trúc kinh điển. Tôi còn nhớ kiến trúc sư Rem Koolhaas là người Hà Lan nổi tiếng với thiết kế Đài Truyền hình Trung ương Trung Quốc CCTV hình dạng các khối ống chữ nhật nối với nhau.

Lúc còn ở Michigan, nhà tôi ở thành phố Holland, được xem là nơi có nhiều người Hà Lan ở Mỹ sống nhiều nhất. Holland tại Michigan có vườn hoa tulip, có cối xay gió, và có những căn nhà ống khói bằng gạch. Lúc đó, tôi tự hỏi Hà Lan tại châu Âu nhìn như thế nào?

Sau này tôi xem phim Hàn Quốc *Daisy*, trong đó nhân vật chính là cô gái xinh đẹp chuyên vẽ tranh chân dung cho du khách tại Amsterdam, nam chính là sát thủ, mỗi lần nhận lệnh giết ai là có chậu hoa tulip màu đen để trước cửa. Anh chàng thường gửi tặng hoa cúc dại (*daisy*) cho cô nàng đúng 4:15 phút mỗi ngày. Lúc đó, tôi thích cảnh yên bình đẹp như tranh vẽ của Amsterdam. Tôi mê luôn bài nhạc phim có nhịp điệu u buồn nhưng không kém phần lãng mạn.

Chiều nay, ngồi cà phê dọc theo dòng kênh đào vòng quanh thành phố, tôi nghĩ về những gì mình đã biết về Amsterdam. Tôi nhận ra Amsterdam ngoài đời thật hơn, nhiều bia hơn, nhỏ hơn, nhưng bận rộn hơn. Amsterdam có nhiều xe đạp, trên một triệu chiếc, hơn cả số người đi bộ nên tôi ít thấy ai bị béo phì như bên Mỹ.

Phía xa quán cà phê là một quảng trường nhỏ, có đàn bồ câu đi lòng vòng tìm thức ăn. Bên dòng người hối hả ngược xuôi đang qua cầu, có một ông họa sĩ ngồi khuất ở một góc vẽ tranh trong ánh chiều. Dòng nước phía dưới gợn sóng nhẹ theo những chiếc tàu chạy ngược xuôi dọc hàng cây cổ thụ đổ bóng bên sông.

Tôi cầm ly cà phê đen lên, nhấp một ngụm nhâm nhi. Chợt nhớ về nước Mỹ, về ly cà phê Starbucks của tôi mỗi ngày. Amsterdam, nước Mỹ hay bất cứ nơi đâu cũng đều có những nét đẹp vừa đặc trưng nhưng cũng lại vừa thân thuộc.

London

Mỗi lần đến London là mỗi lần tôi có một cảm xúc khác nhau, dạo từng bước chân lên cầu Westminster, đi ngắm hoa trong bảo tàng Garden, hay dạo Soho buổi tối tìm đồ ăn trong những con phố nhỏ.

Tôi không nhớ rõ mình đã đi qua cây cầu Westminster bắc qua sông Thames bao nhiêu lần, chỉ nhớ là mỗi lần rảo bước lên đây, là những suy nghĩ về lịch sử lại tràn về.

Cầu Westminster là địa điểm *check in* nổi tiếng ở London. Ai cũng muốn đến đây chụp tấm hình có tháp Bigben phía sau. Cây cầu đầu tiên được xây bằng đá năm 1750 sau gần 30 năm tranh cãi xin phép, với chi phí được lấy từ tiền bán vé số. Đến năm 1862, cầu được xây lại do cầu đá đã quá cũ. Cầu xây lại có bảy vòm thép, hình dạng, và cấu trúc như ngày nay. Cầu được sơn màu xanh lá cây, cùng màu với hạ nghị viện (House of Common) bên trong quốc hội Anh Quốc.

Mùa hè, nước sông Thames đục ngầu như dòng sông Mekong ở miền Tây. Dòng sông chầm chậm chảy, luồn lách qua lại dưới con tàu chiến cũ neo đậu giữa sông, rồi nhẹ nhàng tấp vào bờ vỡ tan thành bọt sóng nhỏ. Tiếng nước vỗ rì rào thật nhẹ, dường như muốn tan hẳn vào tiếng ồn ào náo nhiệt của dòng người đi bộ trên cầu.

Tôi bỗng nhớ đến những bài học đầu tiên về tháp Big Ben, về thành phố London khi học tiếng Anh vỡ lòng từ cuốn sách *Streamline English* ngày xưa. Tôi đã tưởng tượng thành phố này phải to lớn lắm, dòng sông Thames phải hùng vĩ lắm, vậy mà đến nơi gặp sông Thames, tôi thấy dòng sông nhỏ, như những nhánh sông miền Tây, và nhỏ hơn nhiều so với sông Tiền hay sông Hậu khi hai bên bờ xa hút không thấy nhau.

Nhưng điều tôi ấn tượng nhất ở sông Thames dẫu nước có hơi đục, là dòng chảy lịch sử. Chỉ cần dừng lại, nhìn xuống sông, sẽ thấy bóng dáng của những tòa nhà cổ xưa, và dòng lịch sử như từng cơn sóng cuộn về. Trải qua bao nhiêu thăng trầm, dòng sông Thames đã chứng kiến vô vàn đổi thay ở nơi đây.

Thành phố London được xây dựng bởi người La Mã vào năm 50 sau Công Nguyên. Lúc đó London có tên là Londonium, Lundenwic, hay Ludenberg. Từ *London* có lẽ được viết từ chữ Celtic cổ *Londinous*, nghĩa là "Cứng Cáp".

Sông Thames như một động mạch chính len lỏi qua thành phố. Dọc theo bờ sông là những công viên bảo tàng thú vị như National Gallery, Garden Museum, hay bảo tàng giao thông. London còn có trên 170 bảo tàng khác, thừa sức làm mỏi chân du khách phương xa đến xem lịch sử nghệ thuật của xứ sương mù. Tuy vậy, tôi nghĩ London vẫn thua kém Los Angeles về số lượng bảo tàng, trên 250 bảo tàng.

Ngày trước, tôi nghĩ là đi xem bảo tàng chỉ có những người lớn tuổi, thích tìm về quá khứ. Sau này, tôi thay đổi quan điểm khi đến xem bảo tàng ở London vì đến đây, tôi không chỉ học được từ quá khứ, mà còn cho tôi những ý tưởng ở tương lai. Ví dụ như bảo tàng Sherlock Holmes, tại đường Baker nơi lưu giữ những hình ảnh thú vị về vị thám tử Sherlock Holmes và anh bạn Bác Sĩ Watson. Xem xong, chúng ta tự hỏi về công nghệ AI sau này sẽ tạo ra một thám tử Sherlock Holmes như thế nào.

Nếu như Los Angeles nổi tiếng với bảo tàng tình dục (*Museum of Sex*) hay bảo tàng chia tay (*Museum of Broken Relationships*) thì London có bảo tàng âm đạo (*Vagina Museum*) tại Bethnal Green. Bảo tàng này để vinh danh cơ quan quan trọng của phụ nữ, trưng bày hình ảnh, mô hình, sinh lý, giải phẫu âm đạo và các cơ quan liên quan đến âm đạo. London còn nổi tiếng với bảo tàng quạt, nơi lưu giữ các loại quạt giấy từ thế kỷ 18. Ở đây có một khu vườn Nhật để khách có thể vừa trà đạo thư giãn vừa vẫy quạt bàn chuyện thám tử Sherlock Holmes. Dĩ nhiên, không thể không kể đến bảo tàng Anh Quốc (*British Museum*) là một trong những bảo tàng thú vị nhất vì là nơi trưng bày các xác ướp Ai Cập, nổi tiếng với phim "Xác Ướp Ai Cập".

Những ai thích ăn uống, thưởng thức nghệ thuật, và xem thời trang London thì hãy đến Soho, khu phố nổi tiếng với nhiều điều thú vị.

Khu phố này có từ những năm 1500, ban đầu là công viên dành cho hoàng gia, sau đó dần dần phát triển thành khu phố quý tộc. Dịch tả Cholera năm 1854 khiến cho các thành viên hoàng gia dọn ra gần hết, khu này sau đó trở thành khu đèn đỏ - phố Sex. Hết dịch, khu Soho dần dần phục hồi với các nhà hàng và nhà hát kịch nghệ nổi tiếng. Đến những năm 1980 và sau này, khu này trở thành khu thời trang với các cửa hiệu nổi tiếng, khu ăn uống với các nhà hàng sang trọng bán món ăn từ khắp nơi trên thế giới.

Nhưng Soho cũng có những góc phố bình dân, như những con "hẻm" ở Sài Gòn, hoặc những nhà hàng bán giá bình dân nhưng cực kỳ ngon, thậm chí có gắn sao Michelin. Soho London còn có nhà hàng SOLA phục vụ các món theo khẩu vị... California cho những ai đi London mà nhớ California. Gần đó, đi bộ vài phút quý vị sẽ đến khu phố Tàu Chinatown, cũng có rất nhiều món ngon châu Á.

Ánh chiều dần xuống, lấp lánh bên bờ sông Thames, những chiếc xe buýt đỏ chạy qua lại trên cầu hối hả. Tôi nhìn hoàng hôn, bước vội xuống ga điện ngầm, nhắm hướng về phi trường Heathrow để lên máy bay trở lại Los Angeles. Chỉ hơn mười một giờ đồng hồ nữa thôi, tôi sẽ về nhà, ngủ một giấc, nhớ lại London hôm nay trong giấc mơ buổi tối.

Vẫn mong có ngày được trở lại London, lại được bước chân trên những bậc thang đá của cầu Westminster và nhìn xuống dòng sông Thames đang êm đềm chảy.

Paris, Versailles, Pháp, Mỹ và Việt Nam

Ngày còn học kiến trúc, tôi tự hỏi vì sao người xưa có thể xây được những công trình vĩ đại tồn tại mãi với thời gian, khi mà kỹ thuật và công nghệ thời ấy vẫn còn thấp. Cung điện Versailles nằm ở phía Tây ngoại ô Paris nước Pháp là một ví dụ.

Từ trung tâm thành phố, tôi gọi xe đi ra ngoài vùng ngoại ô, lang thang tìm về lịch sử những ngày huy hoàng của nước Pháp.

Đứng ở quảng trường chính, tôi đã thấy tượng vua Louis XIV sừng sững chào đón. Phía sau là dãy cung điện và vườn thượng uyển Versailles. Được xây vào năm 1661 bởi vua Louis XIV, cung điện mất hàng chục năm, cần hàng chục ngàn người thợ mới làm xong. Kiến trúc sư đầu tiên của công trình này là Louis Le Vau.

Khi tôi vừa bước qua cổng chính, dưới những thức cột và tượng dát vàng bên trên, tôi cảm nhận ngay là mình đang chuẩn bị bước chân vào một giấc mộng huy hoàng.

Bên trong sân, giữa những thức cột cổ điển trắng xóa, bên dưới những mái vòm dát vàng, và nằm giữa hàng ngàn pho tượng đá cẩm thạch là 2.300 căn phòng tọa lạc trên khu đất 63.000 m^2. Đằng sau Versailles là khu vườn trên 800 ha và cánh rừng dài bất tận cho tôi cảm giác mình đang đi chuyến tàu thời gian về lại những ngày hoàng kim của nước Pháp.

Trong giây phút mơ màng, tôi cảm thấy mình như đang bước dọc hành lang cung điện lung linh đầy tiếng nhạc dương cầm và piano, có ánh nến lấp lánh thỉnh thoảng phản chiếu lên những chiếc đĩa vàng trên bàn tiệc giữa khán phòng. Trên bàn ăn, xếp gọn ghẽ cao lương mỹ vị từ heo sữa quay, thịt đùi nai nướng, cá chiên, gà rán, cho đến các loại trái cây nho, táo, và olive. Rượu là thứ không bao giờ thiếu ở Versailles, hàng chục loại rượu vang, rượu đỏ, và rượu trắng được bày biện ở góc phòng dành cho quý khách có thể nếm bất kỳ lúc nào.

Vây xung quanh cây thông trang trí giữa phòng là những quý cô quý bà mặc váy bông xòe, ngực bó ép căng phồng trên chiếc eo nhỏ xíu, cười nói vui vẻ nhảy nhót theo tiếng nhạc du dương. Có cô cong cớn dáng người đẫy đà đi bên cạnh quý ông mặc áo trắng thắt nơ, khoác áo vest đuôi tôm bên ngoài, chải chuốt lịch lãm. Có cô ngơ ngác mắt nai nhìn xung quanh khi lần đầu tiên đến đây, cô giật mình choáng ngợp vì sự sang trọng chói lòa ở từng chi tiết nhỏ. Cuộc sống đời thường hoàng gia được đẩy lên thành đỉnh cao của trình diễn nghệ thuật, tạo ra nền móng thời trang của Pháp sau này. Mỗi ngày ở đây là một bữa tiệc, nơi tập trung của tất cả tinh hoa Paris và nước Pháp quy tụ về.

Dưới thời vua Louis XIV, nước Pháp phát triển mạnh về quân sự, kinh tế, và chủ nghĩa thực dân. Ông phát động nhiều cuộc chiến tranh với Tây Ban Nha và Hà Lan, giành thêm các phần đất để kiểm soát và tăng thêm thuế má. Vua Louis XIV là một trong những vị vua nổi tiếng nhất nước Pháp, ông trị vì hơn 72 năm, và cũng là vị vua lâu đời nhất trong lịch sử nước Pháp và châu Âu.

Chiều nay, khi tôi đi dạo dưới cơn mưa phùn lất phất ngoài khu vườn thượng uyển rồng rắn như mê cung, khi tôi đi giữa hàng trăm ngàn cây đèn dát vàng trong hàng trăm căn phòng ở Versailles, tôi chạnh lòng nghĩ đến những ngày huy hoàng của nước Pháp, về nước Mỹ, về Việt Nam.

Tại Versailles, sự khai sinh của Hiệp chủng quốc Hoa Kỳ lần đầu được Pháp ủng hộ. Năm 1778, lúc nước Mỹ vừa mới ra đời và đang trong cuộc chiến quyết liệt với Anh Quốc, chính phủ Hoa Kỳ gửi Benjamin Franklin đến đây nhờ người Pháp giúp đỡ. Vua Louis XVI khi đó đã gửi 6.000 quân đến giúp Hoa Kỳ, hỗ trợ đánh bại nước Anh ở trận chiến

Yorktown ngày 19 tháng 10 năm 1781, mở đầu cho thắng lợi của Hoa Kỳ trước Anh Quốc. Thời gian sau này, vào những năm 1950 khi cung điện Versailles huy hoàng ngày nào bị tàn phế, doanh nhân người Mỹ John D. Rockefeller Jr. đã hiến tặng phần lớn tài sản của mình để sửa chữa và phục hồi các cung điện bị hư hỏng.

Cũng tại Versailles, một hiệp định nguy hiểm cho Việt Nam được ký kết.

Trong khi nước Pháp đang lộng lẫy ánh hào quang dưới thời Vua Louis XIV thì tại Việt Nam, đất nước rối tung, bi chia cắt bởi chính quyền Trịnh - Nguyễn phân tranh, sau đó nhà Tây Sơn ra đời, mở ra một hy vọng mới cho nước Việt. Khi Nguyễn Phúc Ánh (vua Gia Long sau này) 8 tuổi, ông qua Pháp học và tạo kết nối với Vua Louis XVI. Năm 1787, hiệp ước Versailles được ký kết tại đây, giữa nước Pháp (hầu tước Montmorin) và chúa Nguyễn Ánh (đại diện là hầu tước Pigneau de Behaine - Bá Đa Lộc). Nội dung hiệp ước là để Pháp đưa quân và vũ khí sang Việt Nam đánh nhà Tây Sơn, ngược lại thì chúa Nguyễn đồng ý nhường tỉnh Tourane (Đà Nẵng) cho Pháp cùng một số yêu cầu khác. Về sau, hiệp ước này là cái cớ để Pháp xâm lăng Việt Nam năm 1858.

*

Sau khi ngắm nhìn công trình kiến trúc vĩ đại bằng mắt, cảm nhận những bức tượng cẩm thạch trắng bằng tay và một chút cảm nhận ngược dòng trở về lịch sử, tôi tạm biệt Versailles.

Vừa ra khỏi cung điện, xe tôi hòa mình vào xa lộ A13 chật chội trở lại khu trung tâm thành phố.

Tạm biệt khu biệt phủ hào nhoáng, Paris cho tôi trở lại thực tế với những con đường chật hẹp, bụi bặm hay khu nhà lụp xụp bên ngoài ngoại ô thành phố với những bức tường ô bẩn, bị vẽ bậy nhăng nhít. Thỉnh thoảng vài cây cột điện kéo đường dây cong cong chạy dọc theo con hẻm nhỏ xen kẽ vào những khu phố cũ.

Xe tiếp tục chạy bên ngoài thành phố Paris, qua những con đường nhỏ, nơi mặt đường đã cũ nát lởm chởm nhuốm màu thời gian. Rồi khu lụp xụp biến mất, những con phố cao tầng, những tòa kiến trúc Gothic mái cong và quảng trường rộng rãi khu trung tâm hiện ra.

Paris hào hoa trở lại.

Paris và văn hóa cà phê

Lần đầu đến Paris vào buổi tối, tôi ngỡ mình đã về Sài Gòn.

Dọc theo vỉa hè, dưới mái hiên của những con đường hẹp, người người đông đúc xếp ghế ngồi san sát ăn uống nói cười bên nhau. Thỉnh thoảng tiếng xe máy hú còi chạy xẹt qua vẫn không làm loãng đi không khí ồn ào náo nhiệt.

Quán cà phê tại Paris có lẽ nhiều không thua Sài Gòn. Cứ đi vài bước là tôi lại gặp một quán. Cà phê ở đây bán suốt ngày, từ sáng, trưa, chiều, đến tối và cả khuya. Uống cà phê là văn hóa đặc trưng tại Paris, và dĩ nhiên đã được đưa vào Việt Nam từ hơn 150 năm trước.

Quán cà phê đầu tiên tại Paris là cà phê Procope mở cửa vào những năm 1600. Uống cà phê lúc bấy giờ chủ yếu là những nhà văn, trí thức, và cả chính trị gia, họ dùng cà phê để tìm kiếm sự sáng tạo và trao đổi ý kiến. Dần dần, nơi uống cà phê trở thành chỗ giao tiếp xã hội.

Uống cà phê tại Paris phải uống chầm chậm từng ngụm để cảm nhận vị thơm lừng, đăng đắng nhưng có chút hậu ngọt từ chất nước nóng đen đặc. Năm 2022, khi cả thế giới dùng điện thoại để lướt Facebook hay Internet đọc tin, buổi sáng sớm ở Paris tôi vẫn thấy những người khách ngồi lật từng trang báo sáng, tay cầm ly cà phê bốc khói từ từ đưa lên miệng.

Ở Paris, người ta thưởng thức cà phê một cách chầm chậm, từ việc quậy thìa nhè nhẹ vòng vòng, rồi mới từ từ đưa ly lên miệng nhấp môi, như muốn kéo lại dòng chảy cuộc sống vội vã. Tôi chợt nhớ đến ly Starbucks mình uống bên Mỹ, cũng là cà phê Arabica nhưng hình như ly cà phê bên Mỹ được uống nhanh hơn, cũng như cuộc sống vội vã hơn nơi đây.

Mai này về lại Mỹ, tôi sẽ thử uống cà phê Starbucks theo kiểu Pháp, nghĩa là ngồi xuống, đọc sách, và uống chầm chậm từ từ.

Cái khó là tìm đâu ra những vỉa hè có khóm hoa trên đầu, có nắng lung linh len qua kẽ lá chiếu xuống chiếc bàn tròn có ly cà phê đen, đặt cạnh dĩa bánh Croissant vàng ngậy, và có mùi bánh mì vừa nướng chín hòa lẫn vào mùi thoang thoảng của hương hoa trong nắng mai.

Uống cà phê tại Paris không chỉ là hương vị, mà còn là cách trải nghiệm không gian và một nét văn hóa đặc sắc rất riêng.

Rome - mọi con đường đều đến

Lúc còn bé, tôi hay nghe ba tôi nói "Mọi con đường đều sẽ dẫn đến Rome", tôi tưởng là Rome ở gần nhà mình lắm.

Lớn lên, tôi mới hiểu câu nói đó chỉ là ẩn dụ. Ngày xưa, cách đây hai nghìn năm, khi hệ thống đường sá của đế chế La Mã được tổ chức quy hoạch chuyên nghiệp, khiến cho mọi lưu thông hướng đến thủ đô Rome đều thuận lợi. Câu nói này còn có ý nghĩa khác là có nhiều cách để thành công, không chỉ riêng một cách làm duy nhất. Khi đi học kiến trúc La Mã, tôi đã ngưỡng mộ vẻ đẹp thanh mảnh cân bằng của thức cột cổ điển Doric, vẻ đẹp cong cớn dậy thì của thức Ionic, và đầy quyến rũ của thức Corinthian.

Những công trình kiệt tác ở Rome làm tôi say mê, từ đền Pantheon lấy ánh sáng tự nhiên bằng lỗ tròn trên mái cho đến quảng trường Colosseum chứa trên 70.000 người xem. Tôi tự hỏi làm sao người ta làm được cánh cổng bằng đồng cao 7,5 m, nặng hàng tấn mà vẫn có thể mở được bằng một người, và còn sử dụng được cho đến ngày nay?

Thế rồi, sau bao nhiêu lần trông ngóng, tôi đã đến Rome.

Buổi tối, đi dạo trên những con đường nhỏ lát đá bên ngoài tòa thánh Vatican, tôi hình dung ra nơi đây, gần hai nghìn năm trước, là góc phố nhộn nhịp tiếng cười nói rao hàng, tiếng xe kéo ngựa qua lại trên con đường đá, rồi tiếng giày chạy rầm rầm của từng đoàn binh sĩ La Mã, tiếng kèn vọng vang nơi quảng trường thành phố hay tiếng reo hò của người dân mỗi khi các võ sĩ chiến thắng.

Đế chế La Mã là một trong những đế chế mạnh nhất và tồn tại lâu nhất của loài người, bắt đầu từ Rome, Ý năm 27 trước Công Nguyên và kết thúc năm 1453 tại Constantinople (Istanbul, Thổ Nhĩ Kỳ). Văn hóa, kiến trúc, chính trị của La Mã đã ảnh hưởng mạnh mẽ đến văn minh nhân loại. Hầu như các công trình kiến trúc chính phủ Hoa Kỳ ngày nay đều lấy ý tưởng từ kiến trúc La Mã. Tòa nhà quốc hội Hoa Kỳ là một ví dụ với cấu trúc cân đối trái phải, vòm trần tròn cao, các cột cổ điển cao to, và lối vào là những bậc thang nâng cao.

Thế nhưng La Mã, một đế chế vĩ đại như vậy, từng làm chủ một phần thế giới, ngày nay chỉ còn lại là những công trình cổ đổ nát. Khi tôi đến Colosseum, lớp bụi thời gian đã làm mòn đi từng viên đá tảng trên bức tường vòng tròn sắp đổ. Xa xa là cây cầu dẫn nước chỉ còn trơ lại những viên gạch nát. Thành phố Rome vắng lặng ở khu phố cổ, không còn đông đúc ồn ào như xưa. Đế chế La Mã ngày trước có diện tích trên 6 triệu km^2, còn nước Ý ngày nay chỉ còn khoảng 300.000 km^2.

Đúng là không có gì tồn tại mãi mãi.

Tôi ngước nhìn lên bầu trời xanh nơi quảng trường St. Peter thấy hàng ngàn chú chim bồ câu đang kiếm ăn. Tôi nhìn về bên kia Đại Tây Dương, nghĩ về đất nước Hoa Kỳ.

Tôi may mắn sinh sống ở một trong những đất nước mạnh mẽ và vĩ đại nhất của lịch sử nhân loại. Nhưng tôi không biết Hoa Kỳ của tôi sau một trăm năm nữa có còn như vậy.

Sự trỗi dậy của Trung Quốc và nhiều nước khác khiến Hoa Kỳ gặp khó khăn nếu muốn giữ vững vị trí dẫn đầu của mình. Khi đi một vòng thế giới, từ châu Âu, châu Á, đến châu Phi, tôi cảm nhận được sự thay đổi mạnh mẽ trong cách nhìn nhận của thế giới về Hoa Kỳ và Trung Quốc.

Nhưng tôi vẫn tin Hoa Kỳ là đất nước tuyệt vời nhất, ít nhất trong cuộc đời của tôi. Đây là đất nước cho tôi cơ hội, cho tôi hy vọng, và quan trọng hơn là cho tôi cảm nhận đầy đủ ý nghĩa cuộc sống. Tôi mong là sau này, con cháu của tôi vẫn còn cơ hội cảm nhận được sự vĩ đại đó.

Và trong giây phút ấy, tôi chợt nhớ nhà. Tôi nhớ California, nhớ con đường cao tốc I-10 ồn ào đông đúc, nhớ những quán ăn xếp hàng dài cổ đứng chờ, nhớ luôn thời tiết ấm áp mát mẻ quanh năm, và nhớ nhất chiếc giường tôi nằm ngủ nướng mỗi sáng.

Người ta nói "mọi con đường đều đến thành Rome", còn với tôi lúc này thì hình như "mọi con đường đều dẫn về nhà!"

Oxford

Tôi đến Oxford lần đầu vào một buổi sáng tinh mơ, vừa háo hức vội vã bước từ nhà ga vào thị trấn đã thấy thấp thoáng những tòa nhà cổ kính mái cao vút ẩn hiện trong sương mù.

Từ khi còn đi học kiến trúc ở Michigan, tôi đã ngưỡng mộ Oxford.

Tôi có quen một anh bạn từ Oxford qua Michigan làm nghiên cứu sinh. Nghe anh kể về Oxford, tôi tưởng tượng ra quang cảnh kiến trúc cổ kính đang im lìm, chợt bị phá vỡ bởi tiếng chuông nhà thờ xa xa vọng lại. Anh bạn nghiên cứu sinh trước kia học kiến trúc tại trường Brooke là một trong những trường tốt nhất trên thế giới. Các trường đại học khác trong hệ thống đại học Oxford cũng đều thuộc hàng *top*.

Ngay khi có dịp qua Anh Quốc làm nghiên cứu, tôi liền dành hẳn một cuối tuần chỉ để lang thang ở trường. Tôi cũng không quên mang theo cuốn sách vẽ cùng mấy cây viết chì và bút sắt, định sẽ phác thảo vài bức tranh Oxford cho đỡ nhớ nghề kiến trúc.

Buổi trưa sau khi đã đi bộ mỏi chân, tôi ngồi phác thảo trên băng ghế gỗ dưới gốc cây ở Radcliffe Camera, là thư viện nổi tiếng mà ai đến đây cũng phải tới tham quan.

- Xin lỗi, bạn học ở đây?

Một giọng tiếng Anh nhẹ nhàng cất lên, có pha chút *accent (giọng)* nhẹ của người Đông Âu. Tôi quay lại, là một cô gái tóc vàng, mũi cao, gương mặt trái xoan thanh tú, hàm răng trắng, hai tay nàng ôm cuốn sách kiến trúc dày cộp. Chắc cô nàng nghĩ tôi học ở đây vì thấy tôi đang phác thảo vài bức tranh.

- À không, tôi chỉ tham quan thôi. Còn bạn?

- À tôi mới đến đây nhập học kiến trúc.

Thế là tôi có một người bạn mới ở Oxford. Cô ấy tên là Anna, đang học kiến trúc sau đại học, là người gốc Phần Lan và cô vẫn còn gia đình ở Warsaw. Thỉnh thoảng cuối tuần, chúng tôi hẹn gặp ở London ăn tối nói rồi chuyện phiếm. Có khi hai đứa đi lang thang ở bảo tàng Khoa Học, ngắm nhìn những xác ướp *mummies* Ai Cập nằm bên nhau, hoặc tranh cãi về kiến trúc thời Phục Hưng, hay có khi nằm dài trên ghế đá ngoài công viên Victoria vẽ vời như lúc tôi còn học kiến trúc bên Việt Nam.

Nhưng rồi những cuộc hẹn thưa dần, vì tôi nhận ra Anna quá bận rộn với sách vở và các dự án của chương trình sau đại học. Khi gặp gỡ và uống cà phê ở quảng trường Oxford, Anna chỉ nói chuyện được với tôi vài câu thì lại phải tập trung vào mấy cuốn sách dày cộp, khi thì cô vừa ôm chiếc máy Apple đời cũ để chạy 3D phác thảo vừa tán gẫu với tôi chuyện *studio*, có lúc đang đi ăn tối thì phải về sớm vào *studio* kiến trúc gấp để kịp in 3D và phác thảo thêm ý tưởng.

London là thành phố ước mơ của nhiều cô gái Đông Âu, và Anna không là ngoại lệ, cô quyết tâm có bằng hành nghề kiến trúc sư tại Anh Quốc nên càng phải cố gắng hơn để có được một chỗ thực tập sau khi ra trường. Tôi cảm nhận được áp lực dồn lên đôi vai nhỏ nhắn của Anna. Từ đôi mắt có thêm nếp nhăn cho đến đầu tóc rối bời những lần gặp mặt đã nói lên áp lực cô phải chịu lớn thế nào.

Tôi chợt nhớ có câu chuyện *"Oxford thương yêu"* của tác giả Dương Thụy, nói về tình yêu định mệnh giữa cô sinh viên Việt và anh chàng trợ giảng Bồ Đào Nha. Còn chúng tôi thì chắc không phải thương yêu kiểu như vậy, mà là sự đồng cảm của hai người cùng làm ngành kiến trúc. Tôi thì đã bỏ nghề kiến trúc, chuyển qua Y khoa, còn Anna thì mới bắt đầu vào nghề.

Nghề kiến trúc sư tại Anh Quốc là một nghề có đồng lương bèo bọt nhưng học rất lâu và rất cực. Một kiến trúc sư tại Anh cần khoảng 7-9 năm học và thực tập mới có thể hành nghề độc lập. Khi mới ra trường với bằng đại học cơ bản

(Part 1), kiến trúc sư trợ lý (*intern architect*) có lương bắt đầu chỉ khoảng 25.000 bảng/năm (khoảng 31.000 USD/năm). Sau 1-2 năm thực tập có chút kinh nghiệm, các kiến trúc sư trợ lý này học thêm 1-2 năm *(Master Diploma)*, và thực tập 2 năm *(Part 2)*, lương sẽ lên thêm chút. Phần cuối là thi đậu cuộc thi vấn đáp và bằng hành nghề *(Part 3)*, lương lên được khoảng 50.000 bảng (khoảng 62.000 USD/năm). Lương này thấp hơn nhiều so với các ngành khác tại Anh Quốc.

*

Một buổi tối mùa thu, khi tôi lặng lẽ nhìn quanh thư viện Bodleian, là một không gian im ắng, lắng đọng hiện ra, đến nỗi chỉ nghe tiếng gấp sách, vài ba tiếng gõ bàn phím, cả tiếng thở cũng phải nhè nhẹ để dòng suy nghĩ không bị gián đoạn. Rồi từ đó sẽ nặn ra những ý tưởng hay những phân tích thông minh sắc sảo, hệt như cách một giọt cà phê đen nóng hổi rơi ra dưới phin cà phê ở quán Pub đầu đường.

Oxford không cho chúng ta thở mạnh, nói chi cho chúng ta thời gian để yêu. Nhìn những bạn bè vất vả cắm đầu cắm cổ vào những trang sách dày, tôi cảm nhận được sự áp lực kinh khủng để đổi lấy thành công. Tôi từng học ở nhiều trường đại học nổi tiếng tại Mỹ, nhưng cái áp lực ở Michigan, Columbia, hay Harvard không rõ ràng và ngột ngạt như ở đây. Ở Oxford, chỉ có kẻ mạnh, kẻ thành công mới trụ lại được.

Lần cuối gặp Anna, chúng tôi cùng đi dạo quanh nhà thờ Christ Church Meadow vào mùa đông, tôi nói mình sẽ quay về Mỹ để tiếp tục làm việc. Nàng nhìn tôi, vẫn cặp mắt xanh to tròn như lần gặp đầu tiên, bên dưới là hai quầng mắt thêm thâm của những ngày thiếu ngủ. Nàng thở dài nhè nhẹ, đôi mắt long lanh nhìn tôi như nói lời tạm biệt.

Tôi chợt nghĩ nếu thật sự có tình yêu ở Oxford, có thể nó sẽ chỉ như một cuốn sách hay nhưng chưa có hồi kết vì chuyện tình vừa chớm nở đã bị kẹt ở chương đầu. Oxford quá khắc nghiệt, đòi hỏi nỗ lực và hy sinh nhiều thứ để người ta tồn tại.

Tình yêu lãng mạn như viên đường phèn nho nhỏ, có thể làm bớt đi chút vị đắng của ly cà phê cuộc sống, nhưng không đủ làm cho ly cà phê trở thành chiếc bánh ngọt.

Dẫu vậy, tình yêu, hay tình bạn, dù dang dở cũng sẽ để lại những kỳ niệm đẹp không thể mờ phai.

Michigan - trường cũ, cảm hứng mới

Cách đây không lâu, tôi đã ngồi ở góc quán cà phê này, háo hức mơ về những ngày mới.

Lúc đó, tôi vừa vào nhập học ngành kiến trúc tại trường Đại học Michigan. Sau buổi tối giới thiệu về trường, đám sinh viên chúng tôi đi dạo trên con đường State Street, rồi ghé qua quán cà phê Starbucks ở góc đường Liberty và State ở Ann Arbor.

Lúc đầu, tôi và các bạn khác còn ngại vì chưa biết nhiều về nhau, nhưng khi các bạn đại diện trường nói chuyện về những người nổi tiếng đã từng học ở đây, tôi lập tức thấy thoải mái và nhanh chóng hòa mình vào tranh luận. Tôi ngạc nhiên khi biết Larry Page, người sáng lập ra gã khổng lồ Google đã từng ngồi chỗ này uống cà phê, hay tổng thống Hoa Kỳ Gerald Ford cũng từng là cựu sinh viên, cả ca sĩ Madonna nhận học bổng toàn phần và đạt toàn điểm A, cô từng đi trình diễn ở nhà hát bên kia đường cùng rất nhiều những người nổi tiếng khác. Lúc đó, chúng tôi ngồi tán gẫu đến hơn một giờ sáng mà không thấy buồn ngủ vì nhiều ý tưởng và ước mơ cứ đến trong đầu.

Thời gian trôi thật nhanh. Những ý tưởng và ước mơ ngày xưa giờ tôi đã hiện thực hóa được ít nhiều.

Tuần này tôi có dịp quay lại trường, quay lại con phố ngày trước ở góc đường State và Liberty, ngồi uống ly cà phê Starbucks mới giật mình vì giá cà phê đã lên gấp đôi. Tôi ngồi bên cửa sổ nhìn ra ngoài con phố mùa đông vắng lặng. Buổi sáng, cả ngôi trường đại học dường như vẫn còn ngái ngủ, chưa chịu thức. Giọt cà phê thơm đắng buổi sớm làm tôi sảng khoái, tôi nhâm nhi, và từ từ cảm nhận những ý tưởng mới đang tràn về.

Càng về sau, tôi càng nhận ra môi trường học tập rất quan trọng trong việc định hình tương lai và tính cách cá nhân. Nhờ học từ Michigan, tôi đã mạnh dạn tự tin đeo đuổi ước mơ của mình. Nhờ cách nói chuyện và *networking (mạng lưới mối quan hệ)* từ đây mà tôi đi được xa hơn sau này.

Rời khỏi Ann Arbor buổi sáng, bầu trời Michigan lúc nào cũng vậy, yên ả thanh bình, dù trong cái giá rét căm căm của mùa đông hay tinh khiết mát mẻ của mùa hè. Vẫn những con đường vắng lạnh, vẫn không ồn ào những buổi tối cuối tuần, thỉnh thoảng chợt nghe tiếng xe chạy vụt bên ngoài, rồi trả lại cái lặng im rét căm trong cơn mưa phùn lất phất mùa đông. Chợ Meijer gần nhà hồi xưa vẫn vậy, vẫn bán món bánh nướng nhân mứt dâu thơm lừng. Buổi tối lang thang tán gẫu cùng bạn bè ở thành phố ngày xưa hồi khoảng thời gian đầu mới qua Mỹ, tôi thấy mình nhẹ nhõm, tạm quên đi bao bận bịu vất vả ồn ào của Los Angeles.

Sáng dậy, tôi nhìn ra dòng sông Grand River êm ả chảy giữa thành phố Grand Rapids, người khoẻ khoắn nhẹ nhàng. Hôm nay Michigan không có tuyết trắng, thay vào đó, không khí trong lành dịu dàng dù bầu trời có chút âm u. Hàng cây trụi lá hai bên đường *Downtown* run nhè nhẹ trong cơn gió lạnh.

Khi ra ngoài sảnh khách sạn nhận chìa khoá xe, anh chàng dịch vụ Valet vui vẻ hỏi tôi:

- Anh sẽ quay lại chứ?

- Dĩ nhiên rồi! - Tôi mỉm cười nói nhanh rồi nhấn ga. Chiếc xe vút nhẹ lăn bánh, tôi bỗng thấy bồi hồi về hành trình đã qua, và có thêm động lực hứng khởi để tiến về phía trước.

Boston - giỏi lây

Có hai nơi làm thay đổi tư duy của tôi là trường Đại học Michigan ở Ann Arbor, Michigan và Trường Đại học Y khoa Harvard ở Boston, Massachusetts.

Năm 2008, lúc đang học Y khoa ở New York, tôi may mắn nhận được học bổng mùa hè làm nghiên cứu ở bệnh viện Nhi khoa Boston, là bệnh viện giảng dạy của trường Y Harvard. Tôi làm trong *lab (phòng thí nghiệm)* của một giáo sư người Trung Quốc, chuyên về nghiên cứu *Protein G coupled receptor (GCPR)* trong việc phát triển não ở trẻ em.

Sau giờ làm việc ở *lab*, đến chiều tôi lại tham gia các cuộc họp phân tích ca bệnh lâm sàng trẻ sơ sinh trong bệnh viện. Tôi sớm nhận ra cuộc sống trong giới Y khoa hàn lâm tại Boston áp lực không thua gì ngoài đời sống. Từ bà giáo sư chủ *lab* tất bật mỗi sáng cho đến toàn bộ sinh viên hay nghiên cứu sinh đều mang bộ mặt nghiêm trọng, phải làm việc muộn mỗi tối. Ai nấy đều chạy để kịp *deadline* dự án, kịp xin tiền tài trợ, kịp ra dữ liệu, hay kịp nộp bài. Cuộc sống hàn lâm trong phòng *lab* mới nhìn tưởng im ắng nhưng lại ồn ào, áp lực như dòng sông Charles đang chảy êm đềm bỗng trở nên cuồn cuộn khi ra đến bờ biển cạnh Viện Bảo tàng Nghệ thuật Đương đại (ICA) Boston.

Ở Boston, tôi được gặp nhiều bạn bè từ khắp nơi trên thế giới. Có anh bạn nghiên cứu sinh sau Tiến sĩ ở Frankfurt, Đức nói tiếng Anh không rành phải vất vả chạy taxi ban đêm để kiếm thêm thu nhập. Anh công tử nhà giàu đẹp trai từ Seoul, Hàn Quốc qua đây chỉ nghiên cứu vài phút mỗi ngày, thời gian còn lại anh đi mua sắm xe xịn, dẫn đám bạn gái đi chơi, nhưng vẫn xong cái bằng Tiến sĩ (PhD) cho đẹp hồ sơ rồi quay về xứ kim chi làm sếp. Cũng có một anh chàng nghiên cứu sinh Hàn Quốc từ hãng Samsung làm việc ngày đêm bên *lab* ở MIT (Massachusetts Institute of Technology), buổi tối tranh thủ ra chơi với đám nghiên cứu sinh chúng tôi.

Cái tôi học được lớn nhất ở đây là không có ước mơ nào là lớn hay nhỏ, chỉ có chúng ta có dám mơ hay không.

Anh chàng Samsung sau khi ngà ngà rượu *Soju* nói rằng sẽ có một ngày Samsung trở thành nhà sản xuất điện thoại số một của thế giới (và sau này đã trở thành sự thật) hay anh chàng từ Đức muốn trở thành nhà phân tích *gene* hàng đầu của châu Âu. Một cô bạn khác trong *lab* thì muốn trở thành bác sĩ tâm lý cho trẻ nhi chậm phát triển. Về sau, những người bạn này đều đạt được những mơ ước ngày xưa.

Cái tôi học được ở Boston nữa là thấy mình "giỏi lây" khi được làm việc với những người thông minh, tài giỏi. Tôi tự đánh giá mình không phải quá thông minh, nhưng nhờ chơi với nhiều người thông minh, tài giỏi nên dần dà tôi học được cách suy nghĩ giống như họ.

Mấy tháng ở Boston làm tôi yêu mến thành phố dễ thương này. Tôi thích góc phố châu Âu nhỏ nhắn, những tòa nhà san sát ngay trong lòng thành phố, hay nhìn ngắm lịch sử của đất nước Hoa Kỳ trên con đường gạch đỏ Freedom Trail, đi qua 16 địa điểm lịch sử nổi tiếng như công viên trung tâm Boston, là công viên lâu đời nhất tại Hoa Kỳ, hay tàu hải quân USS Constitution, hạ thủy năm 1797.

Về sau, khi lựa chọn định hướng công việc của mình, dù được bà sếp viết thư giới thiệu tạo điều kiện cho tôi theo đuổi con đường nghiên cứu (MD/PhD), nhưng vì một vài lý do, tôi đã từ chối để tập trung vào học bác sĩ (MD). Tuy nhiên, cũng nhờ chuyến đi này tôi hiểu được rằng mình đam mê nghiên cứu, và đam mê đó không hề thay đổi cho đến nay. Gửi lời cám ơn Boston, cám ơn Harvard đã là một phần quan trọng trong hành trình dài của tôi!

Los Angeles - đi tìm hồn đô thị

Tạm biệt căn nhà ngoại ô có khu vườn đầy quả... chưa chín, tạm biệt tiếng chim ríu rít mỗi ngày và tiếng côn trùng vo ve mỗi tối, tôi dọn về trung tâm thành phố Los Angeles.

Những năm đầu tiên đến Los Angeles (LA) với 10 triệu dân, nhìn thành phố qua cửa sổ máy bay khi chuẩn bị đáp xuống đường băng 25R tại LAX, tôi thấy từng mảng nhà dân thấp xen lẫn không gian rộng của những công viên và trường học, những trung tâm mua sắm nằm xen lẫn hệ thống xa lộ 710, 110 và 405.

Nói chung là nhìn chán.

Cho đến khi máy bay hạ dần độ cao, ở một góc nhỏ xa tít tận chân trời bên tay phải, chợt hiện ra một nhóm nhà vươn cao giữa khu đồng bằng. Đám nhà này mọc tua tủa lên trời như nấm mọc sau mưa. Đó là trung tâm *downtown* Los Angeles.

Khái niệm hồn đô thị được nói đến nhiều trong Kiến trúc nhưng ít ai định nghĩa chính xác được đó là gì.

Ai đến New York lần đầu sẽ cảm nhận ngay cái hồn đô thị khi vừa bước vào Manhattan, những dòng người mặc *suit* hối hả ngược xuôi trên khu phố chứng khoán Walls, những chiếc taxi màu vàng do dân nhập cư lái hối hả đến rồi đi, quẹo qua quẹo lại, loanh quanh tìm đường tắt. Len lỏi giữa khoảng xanh ít ỏi của New York (NYC) là những căn nhà chọc trời che khuất ánh nắng ban mai.

Kiến trúc của NYC cũng dễ nhận ra từ nhiều phía, kia là tòa nhà Empire State, kia là tháp WTC - Trung tâm thương mại thế giới (mới và cũ), kia là tòa nhà Chrysler, dù là nhìn từ bên kia sông Hudson, sông East River, hay nhìn từ khu Brooklyn. Rồi Chinatown bất ngờ xuất hiện, lọt thỏm chật chội giữa Manhattan khi vừa bước ra từ tàu điện ngầm đường Canal, với cổng rồng đỏ chói, khu chợ trời, và con đường đầy ắp người bán hàng. Công viên Central Park nằm vuông vức giữa thành phố với hồ nước, vườn thú, và bảo tàng. Những bậc thang tàu điện ngầm tấp nập, vội vã, đầy mùi mồ hôi, hay âm thanh của những nghệ sĩ đường phố. Tất cả tạo ra hồn đô thị đặc trưng cho New York City.

Los Angeles cũng có khu phố Walls, cũng có dòng người hối hả, cũng có những tòa nhà cao tầng. Nhưng tòa nhà LA không cao bằng NYC, và vì vậy, cảm giác ít ngộp hơn khi đi giữa lòng thành phố. Các tòa nhà *downtown* LA xây giãn nhau hơn, cho thêm chút màu xanh len lỏi vào những lối đi. Đường phố LA rộng hơn NYC, nên đêm đến vẫn có chỗ cho những cuộc đua xe bão táp với tiếng bô máy V12 độ thêm chất Nitro vang gầm như trong phim *Fast and Furious.*

LA có rất nhiều bảo tàng, trên 250 bảo tàng, và tên bảo tàng nào cũng dễ nhớ như bảo tàng *Cái Chết* hay bảo tàng *Chia Tay Tình Yêu.* Cũng như NYC, LA có phố thời trang *(Fashion district),* phố vàng bạc *(Jewelry district),* đặc biệt còn có hẳn cả một phố nghệ thuật *(Arts district),* nơi các nghệ sĩ và diễn viên đường phố chơi nhạc ngay trên đường thay vì dưới hầm xe điện như ở New York City.

Kiến trúc LA về đêm cũng dễ nhận ra, kia là tòa *Korea Airline Tower* kính trong và đèn *led* chạy dọc, kia là tòa *Bank of America* có sọc thẳng vuông vức, kia là tòa *US Bank* dáng tròn tròn, kia là *Gas Towner* hay *Aon.* Những năm gần đây, khi *downtown* LA xây thêm hàng chục tòa nhà cao tầng như *Wilshire Grand* hay *Oceanside* thì khu vực này ngày càng chật chội. Xen lẫn giữa các khu nhà cao tầng là những nhà hàng được gắn sao Michelin như *Orsa & Winston* hay *Shibumi* ngon tuyệt.

Nhưng thành phố LA cũng có nhiều người vô gia cư. Buổi tối về nhà, tôi lái xe xuyên qua khu phố xập xệ trước khi vào phố tài chính. Dưới đường xa lộ là hàng trăm chiếc lều nằm lặng lẽ san sát nhau. Mái nhọn của những chiếc lều vải, vài cây cọc tạm người vô gia cư dựng vội bên lề đường, chia chỉa nhọn hoắt trong bầu trời đêm như muốn đâm vào nền những tòa nhà cao ốc lung linh phía sau.

Buổi tối, tôi cuộn mình trong chăn ấm, nhìn ra cửa sổ về nơi xa xăm, nơi thỉnh thoảng có những vệt đèn, đốm sáng bừng cháy như những thiên thần bay trong thành phố, đúng như tên gọi của thành phố Los Angeles.

Với tôi, hồn đô thị của Los Angeles không rõ ràng như New York City nhưng lại có sức cuốn hút mãnh liệt khi có người chịu bỏ thời gian tìm kiếm.

California - tuyết

Những ngày mới qua Holland, Michigan, tôi hồi hộp đợi tuyết.

Trước khi đi Mỹ, tôi nghe bạn bè kể tuyết bên Mỹ đẹp và mịn lắm. Tôi nhớ đến ly đá bào ba màu có nước đường bán buổi trưa đầu hẻm lúc còn ở Việt Nam, nuốt hết miếng đá bào ngòn ngọt trong cổ họng mà vẫn còn thèm. Tôi nghĩ nếu có tuyết nhiều vậy làm đá bào ăn chắc là ngon lắm.

Nhà tôi qua Mỹ vào mùa thu, qua được mấy tuần thì tuyết rơi. Buổi sáng hôm đó, vừa ngái ngủ thức dậy đã nghe chị tôi la to:

- Tuyết rơi rồi kìa!

Cả nhà tôi ngước nhìn ra cửa sổ căn hộ vừa dọn vào. Từng đám tuyết li ti như bông gòn rơi lã chã trong buổi sáng mùa đông. Ba chị em tôi kéo cửa, đi ra ngoài ban công xòe tay hứng bông tuyết, rồi trông chúng từ từ tan biến thành nước. Tôi không mặc áo lạnh, chạy hẳn xuống đường ở phía trước nhà để đón tuyết, hơi thất vọng vì tuyết rơi ít quá.

Vài tuần sau đó, tuyết Michigan rơi liên tục như mưa. Con đường uốn lượn phía trước nhà đóng băng, lấy lội trong tuyết, nước, và muối của xe rải muối. Thảm cỏ bên nhà hôm nào xanh rờn nay chỉ còn là đống tuyết bước vào lún chân.

Tôi lạnh quá, quên mất ý tưởng lấy tuyết làm đá bào uống. Thay vào đó, tôi bắt đầu thấy bực vì tuyết làm mọi hoạt động trở nên rất vất vả còn tôi thì trễ học do xe bị hư máy thường xuyên. Tôi chưa quen mặc đồ dày cho mùa đông, không quen cái lạnh Michigan nên bị cảm nằm nhà mấy hôm.

Nhiều năm sau, tôi mới quen dần với tuyết và mùa đông Michigan. Tôi bắt đầu thích cái đẹp lạnh lẽo, trong trẻo của xứ Ngũ Hồ. Tôi cũng biết cách khoét lỗ ngồi câu cá trên hồ đóng băng, câu dính cá nhưng không lấy lên được do lỗ đục nhỏ hơn con cá. Tôi thích sự bình yên sau cơn bão tuyết, thích ngắm nhìn ánh đèn vàng ấm áp trong những căn nhà giữa khung cảnh trắng xóa ngoài trời, và thích nắm tay lại khi đeo găng dày cộp.

Thế rồi, khi đã bắt đầu quen và yêu thích mùa đông Michigan thì tôi dọn qua California.

Mỗi khi California vào đông, tôi hay đi lên dãy núi Wilson gần nhà để ngắm tuyết, hay xa hơn là chạy lên hồ Big Bear (hồ Gấu Bự), cách nhà tôi khoảng hai giờ lái xe.

Tuyết California mịn và nhẹ như bông gòn, không rơi dày đặc, không đóng băng, và không lạnh cóng như Michigan. Vậy mà tôi vẫn thích cái lạnh mạnh mẽ, dữ dội của mùa đông Michigan hơn.

Đột nhiên tôi thèm ăn đá bào và thầm muốn có tuyết Michigan để làm ly đá bào đó, ly đá bào vẫn sẽ có ba màu nhưng chắc sẽ pha ít đường hơn.

Tanzania

Chiếc máy bay hạ cánh tại phi trường quốc tế Kilimanjaro.

Tôi háo hức nhìn ra ngoài, ngạc nhiên thấy sao sân bay vắng lặng so với nhiều sân bay mình từng đến. Cả sân bay lúc đó chỉ có hai chiếc máy bay nhỏ xíu, một của Qatar Airline và một của hãng hàng không Ethiopian Airline chở tôi. Sân bay này không có cầu thang nối máy bay với sân bay, chúng tôi xuống bằng xe thang, sau đó cuốc bộ từ đường băng sân bay vào khu hải quan, là một quầy có hai anh chàng da màu tóc xoăn, cười khoe hàm răng trắng tinh chào đón.

Khu vực hải quan, nói cho đúng, chỉ là một quầy gỗ cũ kỹ có hai cửa sổ kính đã ngả màu. Anh chàng hải quan thậm chí còn không thèm nhìn kỹ mặt tôi, chỉ cầm hộ chiếu, đóng mộc cái đùng rồi cho qua. Thế là tôi vào châu Phi chỉ trong vòng một phút. Hỏi ra mới biết là có rất ít người đến sân bay này, đơn giản vì Tanzania là một trong những nước nghèo nhất thế giới.

Tôi và hai bác sĩ từ tổ chức VietMD đến Tanzania làm thiện nguyện rất tình cờ, từ mối nhân duyên với nhà thờ

Cơ Đốc Giáo vùng Moshi. Nhưng chuyến đi cũng để lại cho tôi những suy nghĩ vì sao một đất nước giàu tài nguyên như Tanzania cứ mãi nghèo.

Trong cuốn sách *"Why Nations Fail"* tác giả có viết lý do cơ bản của một quốc gia nghèo và sụp đổ là do thể chế. Nói cách khác là do chính quyền quản lý đất nước kém hiệu quả và người dân không chịu thay đổi. Lịch sử từ cổ chí kim đến hiện đại đều chỉ ra quản lý kém sẽ dẫn đến diệt vong. Nhiều đất nước từng hùng mạnh như Đế Chế Mông Cổ của thành Cát Tư Hãn hay Đế Chế La Mã, tất cả giờ chỉ còn là đống tro tàn.

Khi vào Tanzania, tôi cho rằng quản lý kém là một trong những lý do chính khiến đất nước này nghèo. Tham nhũng tràn lan ngay từ khi rời khỏi sân bay. Vừa ra xa lộ chính, chúng tôi đã thấy mấy anh cảnh sát mặc đồng phục màu trắng đứng chặn xe kiểm tra giấy tờ. Mỗi lần như vậy, các xe dừng lại đưa tiền mãi lộ. Và cứ khoảng một đoạn ngắn, chạy xe chưa đến một giờ đồng hồ thì lại có một trạm dừng kiểm tra giấy tờ để đóng tiền. May mắn là xe chở chúng tôi là xe của nhà thờ Công Giáo, có giấy công vụ phía trước nên được cho qua.

Tanzania là nước nông nghiệp nhưng các phương pháp canh tác vẫn còn rất lạc hậu, từ trồng lúa, trồng chuối theo mùa, chăm sóc và thu hoạch bằng tay, dẫn đến sản lượng thấp và chất lượng không cao. Không có các phương pháp sản xuất và bảo quản hiện đại khiến sản phẩm nông nghiệp từ đây không vào được các thị trường khó tính như Hoa Kỳ, Trung Quốc, hay châu Âu.

Vào châu Phi và Tanzania, tôi thấy được sức ảnh hưởng của Trung Quốc lớn đến thế nào. Ở sân bay quốc tế Addis Ababa Bola, các bảng hướng dẫn đều có chữ Trung Quốc rất to hoặc ở các đường cao tốc hay các công trình lớn cũng đều có hàng chữ tiếng Trung. Toàn bộ máy quét an ninh ở sân bay cũng do Trung Quốc tặng. Tôi thấy vui vui khi Việt Nam cũng có mặt tại Tanzania. Công ty điện thoại Viettel đã cung cấp dịch vụ viễn thông *cellphone* tên Halotel.

Chăm sóc y tế kém là vấn đề trầm trọng tại Tanzania, nơi có tỉ lệ tử vong trẻ em dưới 5 tuổi rất cao từ 130-150 bé trên 1000 bé mới sinh, tỉ lệ nhiễm HIV lên đến 5% dân số, và chỉ có chưa đến 3 bác sĩ trên 100.000 dân. Bệnh sốt rét chiếm đến 13% dân số, gây tử vong hàng chục ngàn người mỗi năm. Nơi chúng tôi đến làm thiện nguyện, người dân không có đủ nước sạch để dùng nên các bệnh tiêu chảy, sán, hay nhiễm trùng xảy ra thường xuyên.

Xóa nghèo ở đây không phải dễ dàng, nhất là khi người dân và chính phủ quá trông đợi vào sự giúp đỡ từ bên ngoài. Tôi nhớ mãi ánh mắt buồn xo của anh chàng sinh viên năm cuối ngành quản lý làm thêm nghề hướng dẫn viên tự do cho chúng tôi. Trong lúc nghỉ ngơi, anh chàng nói bằng tiếng Anh tự học, mang theo cả cuốn từ điển, bập bõm từng chữ với tôi về khát khao được đi học thêm, được lập nghiệp nhưng không có cơ hội ở Tanzania vì thuế và chi phí doanh nghiệp quá cao. Ở đây, anh hướng dẫn viên tâm sự chính phủ không có chính sách hỗ trợ doanh nghiệp và không có ngân hàng cho anh mượn tiền vốn. Mượn tiền bên ngoài thì lãi lên đến 20% mỗi năm. Anh ước chi có được môi trường để học và làm việc như ở nước ngoài.

Đi thực tế, thấy cảnh nghèo ở Tanzania, tôi chợt nhớ lại Việt Nam mấy chục năm trước. Nhìn lại mới thấy việc xóa nghèo của Việt Nam và Trung Quốc đã rất thành công, hy vọng trong tương lai gần, Tanzania cũng sẽ ngày một tốt hơn!

Đi châu Phi - vào rừng kiếm sư tử

Ước mơ của tôi lúc nhỏ là tận mắt nhìn thấy hươu cao cổ, voi, sư tử, hà mã vì xem những con thú này ngoài thiên nhiên sẽ cho cảm giác khác hơn khi xem ở sở thú.

Rừng quốc gia Serengeti và Ngorongoro ở châu Phi là nơi dự trữ các loại thú hiếm như tê giác, sư tử, ngựa vằn, hà mã, báo, voi, và nhiều loại khác.

Công viên Serengeti trải dài trên 14.000 km^2, nơi có trên 1.500.000 con trâu nước di cư theo mùa, trên 250.000 con ngựa vằn ung dung ăn cỏ trên đồng thảo nguyên, cũng là nơi có trên 4.000 con sư tử (như đã thấy trên phim hoạt hình *Lion King*), và nhiều thú hoang dã khác.

Đi vào rừng nguyên sinh, chúng tôi thuê chiếc xe Toyota đặc dụng 4x4 máy dầu có thể trèo đèo vượt suối.

Vùng miệng núi lửa rừng Ngorongoro là một điểm nhấn thú vị của khu dự trữ sinh quyển Ngorongoro, nơi có trên 25.000 động vật quý hiếm và người du mục sống hài hoà với nhau. Đây cũng là nơi có tê giác đen châu Phi nổi tiếng.

Tuy là nhiều thú như vậy, nhưng không phải ai cũng may mắn gặp các con thú quý hiếm như tê giác hay báo châu Phi bởi chúng sống ở những khu vực rất hoang vắng nên khó tiếp cận. Chúng tôi đã quyết dành hẳn mấy ngày ở trên rừng, chạy khắp nơi để mong tìm ra chỗ ở của chúng. Ở đây, các anh tài xế xe đi rừng có nguyên cả hệ thống bộ đàm, nhanh chóng gọi nhắn nhau chỗ nào có thú quý hiếm là cả chục chiếc xe chạy tới xem. Có khi, xe chúng tôi nhận được tin bộ đàm, chạy vội đến thì con tê giác đã đi mất.

Cuối cùng, sau vài ngày rong ruổi, tôi cũng may mắn quay lại được hình tê giác châu Phi, những bầy sư tử, những chú ngựa vằn, cùng những con thú khác trong video trên kênh Youtube của mình.

Rừng nguyên sinh ở châu Phi là nguồn thu nhập du lịch chính nên được chính phủ bảo vệ rất nghiêm ngặt. Con số du khách được mua vé vào thăm rừng hằng ngày là giới hạn và họ phải đi chung với nhân viên bản địa hoặc kiểm lâm. Vì vậy, chi phí đi vào rừng, dù chỉ là vài ngày, cho một người không hề rẻ, gần cả 1000 USD cho đầy đủ dịch vụ như lái xe, thuê xe, thuê lều, tiền vé, tiền bảo hiểm, thuê hướng dẫn viên, và đầu bếp. Các dịch vụ lừa đảo cũng ăn theo mọc lên như nấm. Nhiều du khách không biết, họ mua phải vé tham quan giả bị mất tiền mà không được vào rừng.

Tôi đã làm video, rồi viết về rừng châu Phi, nhưng vẫn không thể tả hết được sự hoành tráng và hoang sơ của những khu rừng này.

Khi hoàng hôn trải những vệt đỏ thẫm dài ngoằn ngoèo trên bình nguyên châu Phi, chúng tôi dừng xe lại, nhìn từng đoàn thú từ từ chậm rãi băng ngang qua trước mặt. Mùi sình, mùi gió lạnh, pha lẫn mùi hôi tanh từ phân của những chú ngựa vằn làm tôi nhớ mãi cảm giác về châu Phi. Đó là lần thứ hai tôi cảm nhận được trái đất chúng ta lớn quá. Cái cảm giác lâu rồi mới có lại, khi tôi lần đầu đứng nép bên cạnh ba ngắm nhìn sao chổi Halley bay xẹt qua trên bầu trời đầy sao ở Cái Dầy.

Sau lần vào rừng ở châu Phi, tôi càng thích đi rừng hơn, và định sẽ đi thăm các rừng quốc gia ở Việt Nam như rừng Cát Tiên hay U Minh Thượng, bởi quê hương Việt Nam mình cũng có những nét đẹp riêng đang chờ tôi khám phá.

Bạc Liêu biển muối

Sáng sớm ở Bạc Liêu, tôi vươn vai ngáp dài, kéo phiến cửa gỗ bước ra sân sau, luồng gió biển man mác mằn mặn làm tôi tỉnh hẳn. Tôi hít thêm một hơi muối biển rồi dụi mắt nhìn xung quanh.

Cả nhà bạn tôi đã dậy từ khi nào, mọi người túa ra đồng muối từ sáng để đưa nước biển vào ruộng. Mấy năm nay, nghe bạn than nước biển bị ô nhiễm, phải đợi con nước tốt, dẫn vào máng, lọc cát rồi mới đưa lên ruộng phơi nên cả nhà thường phải thức sớm canh con nước.

Buổi trưa nắng lên, dòng nước xám đục lúc sáng sớm giờ bắt đầu kết tinh một lớp trắng mỏng trên bề mặt, đó là những tinh thể muối. Rồi vài hôm nữa, nước bốc hơi, các hạt muối trắng sáng long lanh như pha lê tụ lại thành đống, diêm dân sẽ cào đưa vào bao rồi chuyển vào kho. Đó là cách nhà nông ở Bạc Liêu làm muối mấy trăm năm nay.

Muối đã mặn rồi, nhưng giá bán muối còn "mặn" hơn. Nhà bạn tôi làm muối ba đời, nhưng chưa bao giờ khá cả. Nghe anh than là muốn bỏ nghề năm nay vì thu mua giá muối rẻ quá, có khi chỉ 2000 đồng (VND) một ký muối (khoảng 8 cent). Cả nhà bạn tôi làm quần quật mấy tuần mà bán không được nhiều, trong khi chi phí ăn uống chợ búa thì ngày càng cao.

Tôi nhớ lúc đi chợ bên Mỹ thấy muối y tế (cũng làm từ muối biển), có khi lên đến mấy *dollar* nửa ký. Về lại Sài Gòn, thấy một bịch muối mới lên giá mấy chục ngàn. Tính ra, chỉ có diêm dân ở xa là khổ, là người trực tiếp cong lưng làm ra hạt muối nhưng nhận về tiền ít nhất.

Ngày trở về với gió biển buổi sáng ở Long Beach, tôi cũng nghe có hương muối lành lạnh, mằn mặn nhưng nghe sao vẫn thấy không mặn bằng biển Bạc Liêu?

Houston - cà phê

Sáng Chủ nhật, vừa ra khỏi nhà thì mây đen từ đâu đã ùn ùn kéo tới. Tôi vừa lên xe là mưa Houston ào ào xối xả. Xe chạy chậm rãi trên xa lộ 69, hai bên đường chỉ còn là những vạt xanh mờ ảo qua màn nước đổ xuống kính.

Quán cà phê Empire nằm ở phía Tây khu downtown Houston, giữa những tán cây cổ thụ. Downtown Houston trải rộng, thông thoáng với nhiều cây xanh, khác hẳn với downtown Los Angeles chỗ tôi ở, chật chội với những tòa nhà cao ngất phải mỏi cổ mỗi lần ngước nhìn. Quán cà phê ăn sáng theo phong cách châu Âu với trứng chiên, thịt xông khói, cá hồi, khoai tây chiên, và bánh *waffle*. Tôi chọn cho mình món trứng chiên, khoai tây nướng, cá hồi xông khói, và cà phê.

Trời Houston lại mưa phùn, nhưng nhẹ nhàng hơn. Thỉnh thoảng vài chiếc xe lao nhanh ngoài đường, làm vũng nước bắn tung tóe vào gần chỗ tôi. Không khí mát mẻ, thoáng đãng sau cơn mưa làm tôi nhớ đến những buổi sáng cà phê ở khu Soho, London. Cũng mưa phùn nhẹ, trời thoáng mát, cũng những tán cây cổ thụ.

Nhưng hôm nay cà phê Houston ngọt và ngon hơn vì bên cạnh món trứng thơm, khoai tây giòn, thịt cá hồi béo ngậy, thì tôi còn có những người bạn thân. Những câu chuyện tán gẫu giữa tôi và nhóm bạn gần ba năm chưa gặp làm vị cà phê thêm đậm đà.

Bạn tôi, như những bác sĩ và nha sĩ trẻ khác tại Mỹ, tất bật với cuộc sống mở phòng mạch sau khi xong nội trú và *fellowship*, nên ít có dịp ra ngoài. Chúng tôi hẹn gặp nhau từ mấy năm trước, nhưng mãi đến hơn ba năm sau mới có dịp ngồi ăn sáng cà phê.

Cuộc sống là một vòng luẩn quẩn từ công việc, gia đình, đến xã hội, khiến chúng ta ít có dịp suy ngẫm về bản thân, về cuộc sống.

Tôi nhìn lại bàn tròn, dường như thấy ai cũng già đi nhanh. Chúng tôi như những con chuột bạch, cứ chạy chạy xoay xoay trong vòng xoáy cuộc đời. Nghe bạn tôi kể phòng khám đã đắt khách hơn, rồi cô bạn khác tính mở thêm phòng khám. Tôi chợt nghĩ cho đến khi nào thì dừng lại? Chắc có lẽ sẽ không bao giờ có điểm dừng. Nhưng tôi biết là càng có thêm công việc, những cuộc trò chuyện thế này sẽ dần ít đi. Tôi lại nhớ có những đồng nghiệp trong bệnh viện. Chúng tôi cứ hẹn hò đi ăn, đi uống cà phê nhưng chưa thực hiện được thì họ đã "đi xa" trong đại dịch Covid-19.

Cuộc sống nghề Y tại Mỹ nhìn bên ngoài có vẻ hào nhoáng nhưng bên trong cực kỳ vất vả. Áp lực từ công việc, từ bệnh nhân, từ giấy tờ bảo hiểm, từ cuộc sống bên ngoài. Đồng lương bác sĩ không tăng nhưng tiền nhà tăng, tiền nợ tăng, tiền tình phí tăng, tiền tã cho con tăng, và mọi thứ đều tăng. Nghề Y cũng là nghề "mặt mũi", ai cũng cố gắng tỏ ra mình ổn mặc dù trong bụng vất vả đủ thứ.

Tôi nhìn mọi người nói chuyện vui vẻ bên nhau, thấy quý trọng nhiều hơn những giây phút như thế này giữa vòng quay bận rộn của cuộc sống. Cảm ơn Houston bởi những phút giây ngắn ngủi trở lại năm xưa. Chuyến đi làm tôi thấy nhẹ nhõm lòng vì đã gặp lại được những người bạn quý.

Chiều nay được nghỉ lễ, tôi bấm máy cho thằng bạn bác sĩ gần nhà.

"Ê mày, đi cà phê nhé..."

Texas to

Buổi sáng thức dậy, tôi bước ra ngoài sân, hít chút không khí Texas vào phổi, cảm nhận ngay cái nóng ẩm hừng hực dù tối qua có mưa.

Nhìn quanh chỗ nhà bạn tôi, tôi nhận ra khu này mới xây, và căn nào căn nấy đều rất hoành tráng. Những căn nhà xây mới này giá khoảng 450.000-500.000 đô, diện tích sàn trên 3.000 SF (gần 300 m^2), nhà hai tầng, trần cao, sàn gạch, và sân vườn rộng.

Tôi nhớ lại giá bán nhà gần khu tôi ở, một căn nhà ọp ẹp một tầng cũ rích đã trên 800.000 đô, diện tích sàn vỏn vẹn có 1.500 SF, mà thiên hạ tranh nhau mua ào ào. Với căn nhà to bự như bên Texas thì giá nhà một căn ở California phải gấp 3-4 lần, khoảng 1,5-2 triệu. Tuy nhà Texas rẻ hơn nhiều so với California, nhưng ước tính thuế nhà đất hằng năm tại Texas lại cao hơn, ở mức 3% so với 1,5% tại California.

Nhiều người từ California dọn qua Texas gần đây một phần do giá nhà California quá mắc. Có nhiều người di cư ra ngoài tiểu bang, làm dân số California giảm, nên gần đây

California mất một ghế (chỉ còn 52) đại diện tại Hạ Viện và Texas có thêm hai ghế (tăng lên 38) do dân số tăng (số liệu năm 2021).

Điểm thú vị là tuy có khoảng 80.000 người California dọn qua Texas hằng năm trong khoảng năm 2018-2019, vẫn có khoảng 40.000 người từ Texas dọn qua California, theo thống kê từ Đại học Rice.

Texas là tiểu bang đông người Việt thứ ba tại Mỹ (sau California và Washington), khoảng 200.000 người, tập trung đông nhất ở thành phố Houston khu Bellaire và Chinatown Houston. Nơi đây có cà phê phin Việt Nam, bánh mì heo quay, tiệm phở mở cửa đến hai giờ sáng, và có cả cà phê đèn mờ. Nhìn chung là Texas có tất cả những món ngon của người Việt như ở quận Cam, California.

Texas là tiểu bang ít có đất công nhất nước Mỹ, chỉ có 4,2% đất của tiểu bang thuộc về công cộng, trong khi đó con số này ở California là 16%. Công viên công cộng tại Texas, vì vậy cũng ít hơn. Tôi vốn thích đi *hiking* và dã ngoại nên thích California ngay từ những ngày đầu tiên. Lúc trước khi tôi đi phỏng vấn làm nghiên cứu sinh *(Fellowship)* ở trường Đại học Texas, Houston, ông giám đốc chương trình hỏi tôi: "Texas chúng tôi cái gì cũng bự cũng to. Anh thấy đó, bệnh viện to, trường Y rộng lớn, cuộc sống rộng mở thênh thang. Vậy anh có cái gì to không?"

Tôi suy nghĩ một lát rồi trả lời: "Thưa thầy, em có ước mơ to ạ"

Và tôi hăm hở kể cho ông ấy nghe về ước mơ ngành y của tôi, về việc đi dạy học, và mở phòng khám tư sau này. Về sau, tôi chọn làm nghiên cứu sinh tại trường đại học Nam California và vẫn nhớ mãi câu hỏi *"big dream"* ngày trước.

Thỉnh thoảng qua thăm Texas, tôi vẫn nhớ về ước mơ to của tôi. Tôi tự hỏi nếu ngày đó mình chọn Texas thì hôm nay sẽ thế nào nhỉ?

California - thuế

Thỉnh thoảng California lại tăng thuế, một cách lặng thầm.

Thành phố Bell Gardens, Lancaster vùng Los Angeles, thuế hiện tại từ 9,5% tăng lên 10,25%, hay thành phố Commerce từ 10% lên 10,25%, thành phố Milpitas (vùng San Jose) từ 9,0 lên 9,25% mà nhiều người chưa biết. Tuy lần này thuế chỉ tăng nhẹ, 0,25% nên ít người quan tâm, nhưng về lâu dài, việc tăng thuế sẽ ảnh hưởng đến nhiều thứ khác như tăng các chi phí sản xuất hay lương nhân công ở khu vực đó.

Một trong những chiêu trò chính trị ở California để tăng thuế là dựa vào các ồn ào chính trị (như bầu cử tổng thống Mỹ năm ngoái) sau đó khéo léo và âm thầm lồng các dự định tăng thuế. Luật tăng thuế này đến từ sự chấp thuận của cuộc bầu cử tháng Mười một hay các cuộc bầu cử giữa kỳ.

Bầu cử qua đi nhưng tăng thuế là mãi mãi.

Năm nào California cũng có dự luật tăng thuế, nhưng không phải lúc nào cũng thành công. Năm trước, dự luật nổi tiếng Proposition 13 đề nghị tăng ngưỡng thuế trên 2% với tài sản địa ốc thất bại. Nếu dự luật này thành công thì tiền thuế đất hằng năm (đã cao do giá nhà quá cao) của người dân ở California sẽ còn tăng nữa.

Ngoài ra, California cũng đang tính tăng thuế lên người thu nhập cao để lấy tiền chi vào chương trình cho người vô gia cư.

Trước kia mỗi lần đi bầu cử, tôi ít chú ý vào ai đang tranh cử hay làm gì tại nơi tôi ở mà chủ yếu chỉ nhìn vào bầu cử tổng thống hay thống đốc. Sau này tôi nhận ra lá phiếu của mình bầu cho các vị trí dân cử địa phương là cực kỳ quan trọng vì các vị dân biểu này sẽ là người đại diện tôi tại Quốc hội tiểu bang để đề xuất (hay bác bỏ) các luật (thuế) vô lý. Các dân biểu địa phương khác như thị trưởng, hội đồng giáo dục, càng có ảnh hưởng đến chính sách của nơi tôi đang sống.

Vì vậy, sau này tôi sẽ đọc kỹ hơn về các dân biểu và chọn lựa người phù hợp. Nhìn lại cách California tăng thuế, tôi lại nhớ đến một câu nói nổi tiếng: *"Đừng nghe những gì các chính trị gia nói, hãy nhìn vào những gì họ làm"*.

Sài Gòn hẻm

Lần đầu lên Sài Gòn thăm nhà nội ở bên kia Cầu Chữ Y, tôi đã thích hẻm.

Nhà bên nội tôi ở góc cuối cùng con hẻm ngoằn ngoèo, nếu không cẩn thận thì sẽ đi lạc mất vào con hẻm khác. Vừa xuống dốc cao, đi thẳng một đoạn là quẹo phải liền, sau đó quẹo trái ngay, không được đi thẳng. Vừa đi chút xíu thì bẻ cua quẹo phải tiếp, nhưng vừa qua một căn nhà thì quẹo trái, tưởng là vào nhà rồi, ai dè quẹo phải, sau đó đi thẳng một đoạn sẽ đến, không nên đi thẳng luôn vì sẽ đi ra bờ sông.

Tôi thích hẻm vì thích đạp xe qua những cua chữ "u", chữ "y" ngoằn ngoèo y như trong rạp xiếc. Có vài người dừng xe đạp, lội bộ dắt qua hẻm nhưng tôi cố tình đạp xe để thể hiện tài năng lái xe của mình.

Nhưng tôi thích hẻm dưới cầu chữ Y thật sự là vì trong hẻm bán món bún xào rất ngon. Mà hình như trong hẻm có đủ hết mọi thứ. Đầu hẻm có tiệm tạp hóa nho nhỏ, giữa hẻm có mấy tiệm bán bún, cơm, và cuối hẻm có sạp bán bún xào. Lúc đó tôi ở Bạc Liêu lên chơi mùa hè, chưa biết món bún xào thịt heo với rau cải. Cọng bún nhỏ, dai và trong suốt, xào chung với thịt ba rọi thái mỏng, kèm theo giá trộn, cải rổ, thêm mấy miếng tàu hủ chiên xắt mỏng. Buổi chiều, gió mát thổi từ Kênh Đôi, tôi ngồi chồm hổm với tụi trẻ hàng xóm ăn bún xào, rôm rả cười đùa, chan nước mắm ăn bún mà nghe sống mũi cay cay vì nhiều ớt quá.

Sau này lên Sài Gòn học đại học Kiến Trúc, tôi ở trọ trong một con hẻm khác ở quận 10. Hẻm này có đến mấy cái xẹt/xẹt từ bên ngoài. Nghĩa là từ ngoài vào trong phải quẹo 4-5 lần mới đến nhà trọ. Hẻm của nhà trọ tôi ở rộng hơn hẻm nhà bên nội một chút. Xe máy có thể chạy vào thoải mái, đôi khi hai chiếc xe máy có thể chạy ngược nhau.

Hẻm của tôi ở cũng có cái chợ nho nhỏ đầu hẻm, có tạp hóa giữa hẻm bán đủ thứ món từ mì gói, trứng hột vịt lộn, và đặc biệt là quán mì gõ ông Hai ở cuối hẻm.

Thường thường ở Sài Gòn, các con hẻm đều thông nhau. Nghĩa là đi hết hẻm này thì sẽ sang hẻm khác, rồi đi vòng vòng, cuối cùng sẽ ra lại đường lớn. Ít khi có con hẻm nào cụt, nghĩa là đi vào trong chỉ có nước quay đầu là bờ để kiếm đường ra ngoài.

Thế mà, con hẻm chỗ tôi là hẻm cụt, và chỗ đó nhanh chóng trở thành nơi kinh doanh đắc địa của ông Hai mì gõ. Nghe nói ông Hai người miền Trung vì giọng ông nghe hơi khó. Tôi thì không quan tâm đến giọng nói, chỉ quan tâm đến tô mì gõ ăn khuya mỗi khi lên đồ án.

Lúc cả đám thức đêm cực nhọc chổng mông lên vẽ, đang mỏi lưng thì có tô mì nóng thơm phức kèm vài miếng mỡ hành, ba miếng thịt luộc mỏng tanh phủ lên trên, thêm vài lát hành hẹ, vài cọng hủ tiếu đã là món ăn thượng hạng của dân kiến trúc. Chẳng những tôi có quán mì gõ ngay kế bên phòng trọ, tôi còn có thể ăn thiếu chú Hai vì hay la cà hỏi chuyện chú.

- Nhà chú ở đây hả? - Có lần tôi hỏi, vừa nói vừa chỉ vào căn nhà phía sau cái xe hủ tiếu gõ.

- Đâu có, tui làm gì có nhà, nhà này của người ta, tui trả chút tiền mặt bằng thôi.

- Nhà chú ở đâu?

- Nhà tui ở ngoài Quảng Nam.

Tôi gật gù hỏi sang chuyện khác, rồi bưng tô mì vô phòng vẽ bài tiếp. Tôi thò tay móc túi định trả tiền nhưng mới nhớ là mình không mang theo bóp, đang lóng ngóng chưa biết nói gì thì chú Hai đã nhẹ nhàng:

- Thôi để lần sau trả cũng được, con ở nhà trọ bên kia đúng không?

Chú cười khoe hàm răng vàng cháy.

- Dạ, con cảm ơn chú! - Tôi nhanh nhảu.

*

Tối hôm trước khi nộp bài cuối khóa họa thất, tôi đói bụng, chạy vội ra định mua thêm tô mì gõ. Lần này, tôi thủ thêm tiền gấp đôi trong túi, vừa định bụng sẽ trả tiền tô mì còn thiếu lần trước.

Thế mà, vừa chạy ra hẻm cụt, vẫn mấy cái bàn cóc và ghế nhựa, nhưng không thấy chiếc xe đẩy mì gõ của chú Hai.

Tôi nhìn lại trước sau, đi bộ ra tận đầu hẻm xem nhưng vẫn không thấy đâu. Trong lòng lo lo, tôi tạt vào tiệm tạp hóa hỏi thăm:

- Cô Tư ơi, bữa nay chú Hai không bán mì gõ hả cô?

- Ủa, con không biết hả?

- Dạ?

- Ông Hai bị xe đụng chết rồi, gia đình mới đưa xác ổng về quê sáng nay.

Tôi nghe mà rụng rời, chợt nhớ đến cái dáng lưng cong, đẩy chiếc xe mì gõ lóc cóc sáng sớm của chú, có lúc khi tôi đạp xe chạy qua, nhìn từ xa đã thấy lưng chú Hai ướt đẫm mồ hôi.

Tôi về phòng trọ, run run báo tin xấu cho cả đám.

- Tao quên chưa trả tiền tô mì. - Tôi buồn rầu nói.

- Tao cũng quên nè, ổng nói khi nào nhớ thì trả. - Thằng bạn cùng phòng học bên Bách Khoa buồn thiu.

Chiều đó, cả đám gom được chút tiền gửi về quê cho chú Hai. Hóa ra, cả xóm sinh viên tụi tôi, dường như ai cũng có lần ăn thiếu mì gõ, mà chú không hề đòi tiền.

Nhiều năm sau này, tôi vẫn nhớ hoài cái hào sảng của chú, của người Sài Gòn và cả những con người đang mưu sinh trên đất Sài Gòn. Ở con hẻm ngoằn ngoèo chật hẹp, thậm chí ở tận cùng ngõ cụt, vẫn có người luôn rộng lòng giúp đỡ, cho ăn mì gõ thiếu để những bản thiết kế bóng bẩy đẹp đẽ hoàn thành, chắp cánh ước mơ cho đám sinh viên kiến trúc nghèo như chúng tôi thời đó.

Sài Gòn hẻm, ngõ nhỏ chật chội mà tấm lòng rộng rãi, nhớ mãi không quên!

PHẦN 3

Một chút bâng khuâng

Ba nàng thu

Buổi sáng chạy bộ quanh nhà, tôi chợt thấy vài chiếc lá thu còn sót lại trên cành như muốn níu giữ những ngày cuối năm.

Tôi biết mùa thu New York lần đầu qua bộ phim *You've Got Mail* (tựa tiếng Việt: Bạn có email) khi thấy Tom Hanks và Meg Ryan gặp nhau dưới tán lá vàng. Lúc đó, tôi đã thích nàng thu New York.

Khi vừa đến New York, cảnh mùa thu còn đẹp hơn tôi tưởng tượng với bầu trời xanh thẳm vội chuyển sang màu lá phong vàng rực ửng nâu đỏ. Nàng Thu New York nóng bỏng nằm thấp thoáng ẩn mình sau những tòa cao ốc chọc trời, có khi nàng lách người qua những con phố hẹp, có khi lại nằm trải dài phơi phới nhựa sống trên dòng sông Hudson. Ở khu phố Wall, dòng người ken đặc luôn tấp nập hối hả như muốn bỏ quên nàng thu trên cây đang rung rinh trước làn gió nhẹ.

Nàng Thu Michigan thì khác. Nàng mang nét đẹp thôn quê dịu dàng với đôi mắt buồn long lanh biết nói. Vào thu, nàng tĩnh lặng đến mức khiến tôi sợ chỉ cần bước trên đám lá vàng khô dọc bờ hồ Ottawa trong vắt cũng có thể làm nàng thức giấc. Trên mặt hồ, có cơn gió khẽ đung đưa khiến từng chùm lá đáp là đà xuống mặt nước như suối tóc mây của nàng thôn nữ. Từng chùm lá phong chuyển màu làm úa cả bầu trời như màu mắt nâu của nàng thu nơi đây.

Mùa thu Los Angeles thì không có gì ngoài cái lạnh từ từ đến quanh nhà, là lúc tôi mở tủ, tìm chiếc áo khoác Hoodie Abercrombie mặc vào. Tôi vừa mặc áo vừa tự hỏi, nàng Thu Los Angeles có chỗ nào đẹp nhỉ?

Sáng nay, nhìn vài chiếc lá vàng khoe mình trong trời xanh khi chạy bộ, tôi nhận ra nàng cũng có nét đẹp riêng. Có điều vẻ đẹp này tôi phải tìm kỹ lắm mới thấy, chắc do chạy bộ mệt, phải dừng chân đứng lại nên tôi mới có dịp phát hiện.

Cái đẹp nàng Thu ở Los Angeles, hóa ra, xưa giờ vẫn ở quanh tôi.

Dẫn con đi học

Ngày đầu tiên đi học mẫu giáo, má nắm tay tôi dẫn vào lớp, gửi gắm cho cô giáo. Xong, má chưa về ngay mà nán lại, nép vào khung cửa lớp học lén nhìn xem tôi có khóc không. Tôi ngoái đầu, nhe răng nhìn má cười, ý nói là tôi thích đi học lắm. Má thấy tôi khoe hàm răng sún, yên tâm quay lưng về nhà.

Ngày đầu tiên dẫn Rum (Rheum) và Đơm (Derm) đi học, tụi nó kéo tay tôi đi lăng xăng khắp nơi từ bãi đậu xe đến trường học PetSmart lớp mẫu giáo. Hai chú chó con nhìn to xác như người lớn, vừa nhảy xuống xe đã hít khịt khịt mũi liên tục vào hai bên lề đường. Cả hai liên tục dừng lại khắp nơi để ngửi ngửi tìm mùi. Cổng trường PetSmart vừa mở, hai đứa liền chạy vọt vào trong. Đột nhiên, con Đơm khựng lại.

Phía trước nó là con Bulldog nâu đen, to xác cũng cỡ Đơm, đang đứng cản đường. Đơm chưa thấy Bulldog bao giờ, nhưng nhìn gương mặt nghiêm trọng, hai má da nhăn nheo, môi chảy xệ, cặp mắt tuy to nhưng buồn long lanh, Đơm bắt đầu lộ vẻ lo lắng. Rum từ sau bước đến, lách hẳn ra trước đứng bảo vệ em gái mình. Nó gằm mặt xuống, nhìn Bulldog, sủa to vài tiếng rồi ngước cổ cao lên tru như chó sói. Con Bulldog cũng không vừa, gằm mặt xuống ậm ừ, gương mặt càng thêm nhăn nhúm, khắc khổ. Bulldog nhìn Rum lạnh lùng, chân trước cào cào trên mặt đất. Tôi và ông chủ của Bulldog đứng nhìn nhau chào, cùng ra sức ghìm cương mấy chú chó.

Vào lớp học, Đơm, Rum, và Bulldog được sắp ngồi gần nhau. Cả ba đứa vẫn im lặng, nhìn nhau mặt hầm hè. Thầy giáo nói để yên thử cho tụi nó ngồi gần xem thế nào. Thế là tôi thả lỏng dây cho Đơm, Rum tiến gần Bulldog. Sáu con mắt nhìn nhau hầm hè, từ từ tiến gần lại, và cùng nhau sủa to.

Tiếng tru của Rum, Đơm hòa cùng tiếng sủa gầm gừ của Bulldog làm cả phòng học náo nhiệt. Rum tiến gần Bulldog hơn, le chiếc lưỡi dài ra làm quen rồi hít hít. Bulldog lúc này vẫn để yên cho Rum hít. Rum tiến lại gần thêm chút nữa, gần chạm đến gương mặt nhăn nheo già trước tuổi của Bulldog. Đột nhiên Bulldog hé cái miệng chảy xệ, le chiếc lưỡi liếm lại Rum. Thế là cả ba làm quen, không gầm gừ nhau nữa.

Học xong, Đơm ghé qua chào tạm biệt Bulldog bằng mấy cái hít hít. Vẫn gương mặt khắc khổ đầy nếp nhăn, Bulldog cố nở nụ cười chào tạm biệt Đơm và Rum. Nụ cười Bulldog dẫu có làm giảm đi đôi chút nếp nhăn trên má, khoe thêm vài chiếc răng nhọn hoắt đang mọc, vẫn không che lấp được những nếp nhăn trải dài như ruộng bậc thang.

Vậy là Rum và Đơm có thêm bạn mới trong ngày đầu tiên tới lớp.

Thủ phạm phá vườn

Sau cả ngày dài đứng làm thủ thuật và khám bệnh, đến chiều tôi về nhà thấy hai đứa Rum, Đơm đã ngoan hơn trước. Tụi nó không còn chạy nhảy lung tung ngoài hồ mà ngồi chồm hổm chờ đồ ăn khi nghe tiếng gọi. Má tôi khen tụi nó đã biết nghe lời hơn từ lúc đi học mặc dù tuần trước thầy giáo mới nhắc nhẹ với tôi là hai đứa nó học chậm lắm. Đi học mà toàn hít hít, làm quen mấy bạn chó xung quanh rồi nhìn ra ngoài, không tập trung.

Tôi chầm chậm mở cửa ra sau nhà. Từ phía hồ bơi, hai đứa ngoan ngoãn chạy đến bên tay tôi và ngồi phục xuống. Tôi ôm hai đứa hai bên vai, vuốt ve đầu tụi nó mà thấy bao mệt mỏi trong ngày dường như tan biến. Tôi gắn camera lên ghế, rồi chỉ hai đứa phải nhìn vào camera để chụp hình cho đẹp. Hai đứa ngoan ngoãn làm theo.

Tôi đang mơ màng thư giãn nhìn ra xa xa thì hỡi ôi!

Cây mận da người tôi mới trồng bên hồ giờ đã bị bật gốc nghiêng một bên. Tôi lại gần nhìn kỹ thì đúng là thủ phạm đang ngồi kế bên mình. Nhìn dấu móng trên đất, tôi biết ngay đây là màn phối hợp. Hai đứa, một đứa đào, một đứa ngồi canh, rồi cả hai cùng kéo cây mận ra khỏi đất để tìm chuột. Tôi kêu hai đứa lại, chỉ tay vào gốc cây mận, la cho một trận thì đứa nào cũng cụp tai xuống, mặt mày nhìn rất đau khổ ra vẻ hối hận.

Tôi nhớ lại con robot hồ bơi cũng bị tụi nó kéo lên làm thịt, rồi cây sơ ri nhiều bông trĩu trái, cây bưởi năm roi có đúng năm trái, đều đã thành đồ thiên cổ dưới tám bàn chân và hai cái mõm phá phách của tụi nó.

Càng nghĩ, tôi càng thêm bực, vừa lên giọng định la tiếp thì hai đứa đã nằm phủ phục xuống bên cạnh. Con Đơm ngáp ngáp vài cái rồi dụi đầu vào chân tôi nhắm mắt. Rum thì lấy chân khều khều chân tôi vài cái rồi nằm phịch xuống ngửa bụng ra chờ được gãi.

Thế là tôi hết bực, chuyển qua thở dài...

Món ngon nhất

Sau khi đi nhiều nơi trên thế giới, thử nghiệm hầu hết các loại ẩm thực Âu, Á, Mỹ, Latin, tôi nhận ra hai món ngon nhất mà tôi thích nhất là món má tôi nấu và mì gói do tôi nấu.

Tôi không phủ nhận các món ở nhà hàng được gắn sao Michelin ngon, mùi vị mới lạ, và bày trí hấp dẫn. Ví dụ như nhà hàng Orsa & Winston ở downtown Los Angeles, nơi có món gỏi ốc vòi voi khai vị chua chua, ngọt ngọt, giòn tan gây tê tê trong miệng cùng món thịt gà thơm chín vừa tới, hay nhà hàng Na Bistro ở Temple City có món gỏi tàu hủ ky giòn tan ăn kèm tôm lăn bột chiên. Nhưng không hiểu sao tôi vẫn thấy những nhà hàng này hình như thiêu thiếu thứ gì.

Đồ ăn má tôi nấu đơn giản hơn mấy nhà hàng Michelin nhiều.

Má tôi dùng chủ yếu là rau cải xanh, xào nấu vừa chín tới, pha nước mắm, giấm, và mấy gia vị đơn giản, thường kèm theo rau ớt trồng ở vườn nhà. Mỗi khi ăn, má tôi hay nhắc ớt hiểm này trồng ở phía sau, gừng này ở gốc cây nhãn, lá bồ ngót này trồng ở hông nhà, hay rau thơm này trồng ở vườn phía trước. Đồ ăn má tôi nấu ngon, có lẽ bởi nó gói gọn cả khu vườn trong đó.

Nhưng lý do mì gói của tôi nấu ngon thì còn đơn giản hơn: bởi đó là đồ ăn duy nhất tôi có trong lúc đói.

Lúc xưa, Trạng Quỳnh dùng mầm đá để nhắc Chúa nhớ đồ ăn ngon nhất là đồ ăn khi đói. Còn tôi, không cần nhịn đói cũng biết món duy nhất là món ngon nhất. Lúc còn là sinh viên Kiến trúc, tôi đã biết luộc mì gói chung với trứng. Sau này, tôi luộc trứng riêng rồi cắt lát mỏng bỏ vào tô mì. Cuối cùng là chiên trứng cháy vàng rìa, lòng đỏ còn nguyên chưa bể, rồi để lên mặt tô mì.

Sau nhiều năm chuyên ăn mì gói, công lực nấu của tôi đã lên tầm cao mới, giờ có thể dùng mì gói cọng to vị đồ biển Hàn Quốc làm món nền, bỏ thêm càng cua biển, nấm đông cô, vài cọng măng tây, và lòng đỏ trứng vịt muối.

Buổi chiều tan làm, trời mưa tầm tã, tôi chạy vội về nhà hâm hộp cơm má tôi làm lúc trưa, có điều không thấy mấy trái ớt hiểm đâu. Ngày mai, tôi sẽ bẻ thêm ớt từ vườn vì hình như ăn đồ nhà trồng lúc nào cũng là ngon nhất.

"Move to heaven": Dọn nhà lên thiên đường

Tôi tình cờ xem *Move to Heaven* (tựa tiếng Việt: Hướng tới thiên đường) và ấn tượng ngay về thông điệp nhân văn, cùng triết lý sống từ phim.

Khi một người chết đi, những đồ đạc họ để lại nhắn gửi gì cho người thân và bạn bè?

Han Geu-ru, một thanh niên hai mươi tuổi bị hội chứng tự kỷ *Asperger*, sống cùng người cha đơn thân tại một góc phố nhỏ ở Seoul, Hàn Quốc. Công việc của hai cha con nhà Han là gom dọn đồ đạc những người đã chết, sau đó sắp xếp, sàng lọc, hay thiêu hủy theo yêu cầu của gia đình.

Những đồ này thường là hình kỷ niệm, vật dụng cá nhân, sổ tiết kiệm, hay quần áo sách vở. Những vật dường như bình thường với nhiều người nhưng lại là một bầu trời kỷ niệm với gia đình người quá cố. Mỗi cuộc đời trước khi mất đi đều có những trăn trở, ước nguyện, mà ít nhiều họ muốn để lại qua đồ vật.

Vì nhiều lý do, người thân của những người chết không thể dọn dẹp đồ đạc của người quá cố như có người đã chết quá lâu, xác phân hủy hay có người chết do án mạng khiến hiện trường máu me gây ám ảnh với người thân khi dọn. Hai cha con nhà Han, vì vậy, tiếp xúc với những đồ vật này, đóng gói chúng cẩn thận, và chuẩn bị cho hành trình cuối cùng để lên thiên đường cùng với người quá cố.

Han Geu-ru, như những bệnh nhân *Asperger* khác, có một trí nhớ phi thường. Anh có thể nhớ rõ mọi chi tiết dù chỉ nhìn qua một lần. Do mắc bệnh *Asperger*, một bệnh rối loạn tự kỷ khiến cho bệnh nhân kém khả năng giao tiếp, Geu-ru luôn cần ba của mình che chở và giao tiếp ngoài xã hội.

Một lần đi ra ngoài, cha của Han Geu-ru lên cơn đau tim và mất đột ngột. Anh chàng hai mươi tuổi khiếm khuyết bỗng dưng mồ côi và không biết dựa vào ai. Ở bên kia đường có cô hàng xóm Na-mu thấy tình cảnh hai cha con quá khổ nên cô hay giúp đỡ và bảo vệ Han Geu-ru khỏi bị bắt nạt.

Lúc cha của Ge-ru mất thì Sang-gu, chú của Geu-ru, một thanh niên trẻ tuổi lêu lổng chuyên đánh *boxing* kiếm tiền xuất hiện. Cha của Han Geu-ru, dường như linh tính trước sự ra đi đột ngột của mình, để lại di chúc nhờ chú Sang-gu giám hộ Han Geu-ru. Geu-ru tiếp tục công việc dọn dẹp đồ đạc của người quá cố từ ba mình, giờ có thêm người chú Sang-gu giúp đỡ.

Một lần dọn đồ cho bà Lee, một bà cụ lớn tuổi chết một mình ở nhà trọ không ai biết đã hai tuần, Han Geu-ru đã tìm ra ước nguyện khi mất của bà cụ sau khi súc rửa các tờ tiền, kết nối chúng với các tờ hóa đơn, và hàng chục cuộc điện thoại không có người nhận. Qua việc này, Sang-gu bắt đầu nể phục Geu-ru và nhận ra tuy bị bệnh, Geu-ru vẫn làm việc cực kỳ hiệu quả và chuyên nghiệp. Na-mu, cô hàng xóm, cũng gia nhập nhóm *Move to Heaven*, giúp chuyển những đồ đạc cá nhân đi tiếp hành trình cuối cùng.

Mỗi lần dọn đồ là một câu chuyện cảm động do người quá cố để lại.

Không có các diễn viên siêu sao, không có cảnh thời trang bắt mắt như trong *Mine* (Sở hữu), không hiện đại viễn tưởng như *Memories of Alhambra* (Ký ức Alhambra), không lãng mạn như *Crash Landing on You* (Hạ cánh nơi anh) nhưng *Move to Heaven* vẫn hấp dẫn và khiến tôi dán mắt lên màn hình mỗi tối trước khi ngủ để xem thông điệp kế tiếp mà người chết để lại là gì. Nếu có thời gian, quý vị hãy thử theo dõi bộ phim này cùng tôi nhé!

Xe kéo mo cau

Hồi còn bé, tôi ở ấp Cái Dầy, Xã Hòa Hưng, tỉnh Minh Hải (sau này đổi thành Bạc Liêu). Lúc đó, tôi ao ước có cái xe kéo nho nhỏ để chạy vòng vòng quanh xóm. Nói là xóm nhưng chỉ là con đường đất nhỏ lẫn cỏ dại nằm len lỏi giữa những căn nhà lá lụp xụp chạy dọc theo cầu Cái Dầy.

Có bà lão gần nhà cho tụi tui một chiếc mo cau, thế là ba thằng, một thằng ngồi trên chiếc mo cau, một thằng còng lưng kéo, và thêm một thằng đẩy. Thế là đã có một chiếc "xe kéo" mo cau chạy khắp xóm.

Nhưng chiếc xe kéo mo cau này chạy không bền.

Khi tụi tui mới kéo chạy trên nền đất cứng được một lát thì mo cau sờn đi, có khi rách một lỗ ngay chỗ ngồi làm thằng ngồi bị phỏng mông, đứng lên la om sòm. Thế là cả nhóm nghĩ ra một cách khác, lấy một miếng ván vuông, gắn thêm ba cái bạc đạn đã cũ làm yên xe, hai bạc đạn đóng vào hai cọc bên làm bánh xe, cái còn lại gắn ở giữa làm bánh lái phía trước. Thế là hai thằng ngồi lên, cộng thêm thằng đẩy phía sau thành chiếc xe, lại kéo nhau chạy khắp xóm. Lần này chiếc xe kéo khá hơn, đã chở được khách khắp đoạn đường dài lên xuống dốc.

Lúc đó, đóng được chiếc xe "khung miếng ván gỗ - bánh bạc đạn sắt" này là niềm mơ ước của nhiều thằng trong xóm nên khi có được chiếc xe, ba thằng tụi tui rất hãnh diện. Cả đám kéo xe chạy ro ro ngang qua đám con gái nhưng dường như tụi chúng nó không quan tâm đến công trình kỹ thuật thế kỷ của bọn tôi. Bọn con gái chỉ tập trung chơi trò cắt lá cây nấu đồ ăn giả và chơi búp bê con nít.

Chiếc xe bạc đạn chạy cũng không được lâu vì bánh bạc đạn nhỏ, lại hay dính cát bụi nên dễ bị kẹt. Miếng gỗ chạy nhiều cũng bị nứt. Thế là ba thằng quay lại chiếc xe mo cau. Lần này, tụi tui nghĩ ra dùng hai miếng mo cau xếp chồng lên nhau rồi kéo chạy, dù mệt nhưng lại vui.

*

Nhiều năm sau, tôi muốn có một chiếc xe kéo nhỏ trong vườn để chạy vòng vòng chở phân và dụng cụ. Tôi lên mạng đặt mua, chỉ vài hôm đã có một thùng bự gửi đến nhà. Tôi tỉ mẩn ngồi lại lắp ráp chiếc xe kéo có bốn bánh để chạy. Chiếc xe nhìn thoáng qua chi tiết cũng đơn giản như chiếc xe gắn bạc đạn của tụi tui ngày xưa. Xe chỉ là một khung kim loại, gắn thêm bốn bánh và có tay kéo phía trước. Ráp xong, tôi kéo xe chạy bon bon qua những con đường nhỏ gồ ghề trong vườn.

Xe kéo tôi có bây giờ trông xịn thật, tôi vui vẻ nhìn bánh xe và khung xe, đoán chắc có thể chở được cả chục thằng bạn của tôi hồi xưa. Nhưng niềm vui bây giờ vẫn không thể nào so bằng ngày trước, tôi bỗng nghe văng vẳng đâu đây tiếng cười giòn tan hào hứng thuở ấy của ba đứa trẻ, khi lần đầu tự đóng được chiếc xe bạc bạn chạy vòng vòng trong xóm.

Bạn hiền

"Rượu ngon không có bạn hiền

Không mua không phải không tiền không mua"

*

Năm lớp 11, tôi được cô giáo văn cho phân tích bài "Khóc Dương Khuê" của nhà thơ Nguyễn Khuyến (1835-1909). Lúc đó tôi là học sinh chuyên toán, thật lòng mà nói tôi học văn không giỏi, thậm chí có thể gọi là dốt văn thì đúng hơn. Nhưng bài phân tích của tôi đột nhiên được cô giáo khen làm tôi tưởng mình có khiếu văn học.

Về sau, tôi nhận ra lý do tôi phân tích bài "Khóc Dương Khuê" hay không phải vì tôi giỏi văn, mà chỉ đơn giản là vì tính tôi trọng nghĩa bạn bè, nên tôi thấu cảm được những gì tác giả viết. Khi nghe tin người bạn thân mình mất, Nguyễn Khuyến đã tức cảnh sinh tình viết chỉ mấy dòng, nhưng vẽ ra được cả một bầu trời thương nhớ người bạn tri kỷ.

Từ những năm học tiểu học, tôi hạnh phúc khi có những người bạn thân cùng nhau đi bắt cá lia thia, hái trái bình bát, và cùng nhau uống... nước sông lúc thi tập bơi. Sau này lớn lên đi học, tôi lại có những người bạn khác bên cạnh giúp đỡ và chia sẻ. Những người bạn cùng ôn thi đại học, cùng bàn luận một bài toán hay, cùng chia nhau cuốn sách luyện thi dày cộp đã rách bìa do đọc quá nhiều lần.

Khi qua Mỹ, tôi may mắn khi có những người bạn tốt để được hướng dẫn và học hỏi. Họ không chỉ là người Việt mà còn đến từ nhiều nơi trên thế giới, làm nhiều ngành nghề khác nhau, họ đã tốt bụng giúp đỡ và hướng dẫn tôi. Có người dạy tôi làm *nail,* có người dạy tôi chạy bàn, có người dạy tôi làm nghiên cứu, và có người dạy tôi làm kinh doanh.

Chiều nay, tôi có dịp ngồi lại với những người bạn thân, chia sẻ cùng nhau những điều thú vị trong cuộc sống. Tôi ngồi nghe anh Dũng kể về chương trình *The Masked Singer,* nghe Dan Le kể về những ca bệnh tim khó và ứng dụng AFib trên iPhone, nghe anh Khiêm kể về những vất vả của nghề chụp hình lúc mới vào nghề. Tôi ít khi uống rượu, nhưng trong những bữa gặp mặt thật vui, tôi có thể uống chút xíu cho mặt đỏ lên, nói chuyện sang sảng, rồi cười ha hả thoải mái. Bất chợt, tôi chợt nhớ cụ Nguyễn Khuyến ngày xưa, gần 200 năm trước, đã có những câu thật hay để nói về tình bạn. Phải có những người bạn tốt mới cảm nhận được chất rượu ngon.

Tôi thầm cảm ơn cuộc đời đã cho tôi những người bạn tốt.

Mưa nắng

Đã lâu rồi tôi mới bắt gặp mưa nắng.

Lúc nhỏ, khi nghe ba nói hôm nay có mưa nắng, tôi ngạc nhiên hỏi:

- Ủa, ngộ vậy ba! Mưa nắng là vừa có mưa vừa có nắng hả ba? Con nghe nói là khi trời sắp mưa thường chuyển xám, nắng tắt hết, còn khi mưa sắp tạnh thì nắng mới lên.

- Ừ, có những thứ tưởng như ngược đời nhưng vẫn có thể tồn tại chung như là mưa và nắng. - Ba tôi gật gù.

*

Sáng nay, tôi thức dậy khi trời California đang mưa nắng.

Từng tia nắng buổi sáng lấp lánh trên mặt hồ bơi, lung linh theo những giọt nước rơi nhè nhẹ trên bề mặt. Hai con chó chạy quấn quýt vòng quanh hồ mỗi khi có cơn gió lớn thổi qua hàng rào. Chạy một hồi cũng mệt, tụi nó ngồi lại bên ngoài cửa kính nhìn tôi chờ đợi.

Tôi ôm mền gối, nằm bệt hẳn trên sàn nhà nhìn ra ngoài trời, sau đó lúi húi bật laptop để viết sách, tận hưởng cảm giác hai thứ ngược đời là mưa và nắng đang cùng xuất hiện.

Từ lâu, viết lách là một thú vui của tôi. Nơi đây, trí tưởng tượng của tôi bay bổng từ thế giới này qua thế giới khác. Lúc thì quay trở về thuở bé thơ, khi say sưa trong công việc hiện tại hoặc trong những tưởng tượng khác về cuộc sống. Nhưng làm sao kết nối những tưởng tượng thành câu chuyện thú vị, có đoạn gay cấn, mâu thuẫn, để người đọc thấy mình trong đó, thấy thỏa mãn hay bực dọc khi đọc xong là điều không dễ dàng.

Càng viết, tôi càng thấy viết văn hay thật là khó. Có chuyện tôi viết gần xong, phải xóa đi phân nửa vì đọc lại thấy chán quá. Có đoạn tôi mô tả cảnh giường chiếu, đọc lại thấy mình vẫn chưa lột tả được cái đẹp của sắc giới.

Nắng bên ngoài đang nhạt dần, mưa dường như nặng hạt hơn. Mặt hồ bắt đầu có những con sóng nhỏ lăn tăn. Bầu trời cũng dần sập tối mặc dù đang là buổi trưa.

Viết được vài trang, tôi há miệng ngáp, thấy thèm ngủ thêm một giấc, bèn gấp laptop lại. Thôi thì tưởng tượng tiếp trong cơn mơ vẫn dễ hơn nằm trên sàn nhà viết ra trí tưởng tượng.

Thế là tôi nằm ôm gối lim dim, bên ngoài chỉ còn tiếng mưa rơi tí tách, không còn giọt nắng nào. Trong giấc mơ, tôi nhìn thấy những câu chuyện mình viết cũng đầy sự thú vị, hoặc có khi có chút ngược đời nhưng đều chuyển tải nhiều điều tươi đẹp của cuộc sống, như là mưa nắng!

Cứu công chúa

Lần đầu được xem Mario đi cứu công chúa là lúc ba tôi dẫn mấy chị em đi chơi trong công viên thị xã. Dọc theo con đường Trần Phú, con đường lớn nhất thị xã Bạc Liêu, là hai hàng cây cổ thụ, tán lá xum xuê, bên dưới có những căn chòi nhỏ bán nước, đồ chơi, và game Nintendo.

Ba dẫn mấy chị em tôi đi qua một căn chòi nhỏ có tiếng nhạc vui vẻ phát ra, vây quanh là đám con nít. Ở giữa căn chòi, đặt trang trọng tại trung tâm trên chiếc kệ gỗ cao là chiếc tivi màu JVC 14 inch, bên cạnh là đầu máy điện tử có hai sợi dây dài. Bên dưới băng ghế gỗ là một đám con nít chen nhau đứa đứng đứa ngồi, mắt đăm đăm tập trung nhìn vào màn hình chiếu anh chàng Mario lùn có râu, đội nón đỏ nhảy nhảy đạp đầu con rùa, ăn nấm biến thành áo trắng có súng bắn té ngửa mấy con mặt bự, chân lùn đang bò theo hàng ngang.

Tôi mê chơi game cứu công chúa từ đó.

Nhà tôi lúc này đang ở trọ, do vừa chuyển về từ Cái Dầy. Ở bên kia đường đối diện nhà có tiệm điện tử Nintendo mới mở của chú Ngọc. Tôi và cả đám con nít trong xóm thường la cà ra đó đóng vai Mario, đi cứu công chúa – là thách thức lớn nhất của bọn tôi lúc ấy.

Truyền thuyết ngày xưa kể rằng có nàng công chúa tóc dài, mắt long lanh, vô cùng xinh đẹp ở xứ Phù Tang. Một ngày nọ, khủng long đến tìm vua cha để xin cưới nhưng công chúa không đồng ý, nó bực bội bắt nàng đi đến một nơi rất xa, nhốt trong một lâu đài đá. Nàng mỏi mòn nhìn qua khung sắt, khóc vì buồn nhớ quê hương, chờ đợi chúng tôi đến cứu.

Bọn trẻ tụi tôi phải tìm đường cứu nàng công chúa bằng cách... bấm bấm vào cần điều khiển của máy chơi game.

Theo bản đồ thì tôi, đóng vai anh chàng Mario, phải đi qua 8 cảnh khác nhau mới tìm được nơi ở của nàng. Những cảnh đầu tiên, 1-1, 1-2, rồi 1-3 không quá khó. Đến cảnh 1-4 vào lâu đài đá, chiến đấu với con khủng long thì mọi thứ trở nên khó khăn hơn một chút, lúc vượt qua, tôi cứ tưởng là cứu được công chúa rồi nhưng ai dè đây chỉ là nàng hầu mà thôi. Thế là phải đi tiếp, đến cảnh 2-3 là nơi có những cánh rừng thảo nguyên, những con mặt bự có hai cánh bay bay vô cùng "ác liệt".

Nhưng tôi bắt đầu nhận ra vấn đề không phải là tôi không có khả năng chiến đấu được với bọn ác quỷ trên game, mà vấn đề là tôi không có tiền thì không được chơi tiếp.

Thuở đó, má thường chỉ cho tôi chút tiền ăn sáng mỗi ngày. Tôi dùng mua bánh mì không, chấm sữa đặc có sẵn ở nhà, phần còn lại là dành hết cho game. Có khi tôi nhịn đói luôn cả buổi sáng để dành tiền, vậy mà mỗi bữa cũng chỉ đủ để chơi được 15 hay 30 phút là phải đứng lên trả máy. Tính ra hiệp sĩ như tôi dù có nóng lòng đi cứu công chúa lắm rồi nhưng không có tiền thì cũng chỉ có thể nhẫn nhịn ngồi nhìn người khác đi cứu dùm, cho đỡ cơn ghiền.

Nhưng ngồi xem người khác chơi game cũng khiến tôi bực. Có thằng hàng xóm kia nhà giàu nhưng chơi game dở, chơi mãi mà vẫn không qua được cảnh 1-4 bởi cứ vào lâu đài có lửa là nó té xuống hố dung nham. Tôi ngồi kế bên bực quá, có lần la to "mày phải nhảy nhanh lên mới kịp đạp đầu con vịt đó", nó quay qua nhìn tôi trợn mắt "kệ tao!". Tôi tiu nghỉu chỉ biết nhìn nó chơi game cứ "chết" hoài mà thấy cuộc đời sao quá bất công. Tôi thì chơi giỏi, đi qua mấy cảnh liền nhưng phải dừng vì không có tiền. Thằng kia giàu, dù chơi dở nhưng vẫn cứ được chơi mãi không dừng.

Một lần lúc đang chơi cứu công chúa, đi được đến cảnh 4-2 thì... hết tiền. Tôi tiu nghỉu định đứng lên trả máy thì con bé Châu, con ông chủ quán nói nhanh:

- Anh chơi tiếp đi, đang hay mà!

- Tao hết giờ rồi, hôm nay tao chỉ có tiền chơi 15 phút thôi.

- Em biết, nhưng anh chơi tiếp đi. Đang hay mà. Em không tính tiền đâu!

- Thiệt hả? - Tôi hỏi lại

- Thiệt - Con nhỏ gật đầu, hai con mắt đen tròn xoe như hai hạt nhãn đồng ý theo.

Tôi vui quá, đang đi cứu công chúa thì hết tiền phải về nhà, giờ bỗng nhiên có người tài trợ nên tôi hăm hở cứu tiếp, qua đến cảnh 4-2, rồi 4-4. Quán lúc này đã đông hơn, bọn con nít bắt đầu kéo lại xem những cảnh mới vì chưa có ai đi đến cảnh 5 hay cảnh 6. Tôi mím môi, tập trung hoàn toàn vào màn hình để né mấy trái đạn đại bác bắn uỳnh uỳnh cản bước.

- Nó bắn mày kìa, né né… - cả bọn cùng la lên khi thấy con khủng long con quăng búa rồi bắn đinh vào Mario.

Tôi vừa chơi vừa nghĩ chơi game mà có người tài trợ tài chính cộng thêm "đồng nghiệp" ủng hộ như thế này quả là chẳng còn gì bằng.

Tôi hăng sức, đi tiếp luôn vào cảnh 7 và cuối cùng là cảnh 8. Qua được 8-1, 8-2, rồi 8-3, cả bọn há hốc khi thấy cảnh ngày càng đẹp, càng phức tạp. Các hố trên đường đi rộng và sâu hơn, bắt tôi phải rất cẩn thận mỗi khi nhảy. Những quái thú ngày càng nhiều như quyết tâm muốn giết Mario - là tôi.

Cuối cùng, tôi cũng vào được cảnh cuối, là 8-4. Đây là lâu dài đá nơi đang giam cầm công chúa thật. Mà tôi phải công nhận cảnh này khó khi cầu lửa bay liên tục, hố nhảy quá sâu, các quái thú xuất hiện liên tiếp. Cả đám con nít trầm trồ mỗi khi tôi bấm nút nhảy qua hố sâu, im lặng thót tim khi thấy tôi bấm nút nằm sát đất, rút đầu né tên lửa. Con bé Châu cũng vậy, nó mím môi nhìn vào màn hình, tò mò xem công chúa thật thế nào.

Nhưng khi gần đến cảnh chiến đấu cuối cùng thì tôi "chết" lãng xẹt. Lý do là vì tôi cẩn thận quá, đi chậm nên hết giờ. Chỉ còn một mạng cuối, tôi chơi lại cảnh 8-4 mà dặn lòng phải tập trung 200%. Cả đám lúc này bỏ luôn mấy game đua xe, ngồi xung quanh xem tôi đi cứu công chúa cảnh cuối lần nữa. Tôi cẩn thận đi lại, vượt qua vô vàn khó khăn, đến được cây cầu đá, từ đây tôi đã thấy nàng công chúa xa xa đằng sau song sắt ở phía bên kia. Nhưng trước tiên là phải vượt qua con khủng long bạo chúa xấu trai nhất từng gặp đang đứng cuối cầu nhìn tôi ngạo nghễ rồi há hơi phun lửa khè khè về phía mình. Tôi lấy súng ra ngắm bắn con khủng long nhưng nó không hề hấn gì do lớp áo giáp quá dày.

Tôi ngồi giữa bàn chơi game, xung quanh là cả đám con nít bu đông xem cảnh chiến đấu khủng long trùm cuối. Hai ngón tay tôi đau nhức do bấm nút, hai mắt căng to ráng nhìn màn hình cho rõ, tôi ước lượng canh khoảng cách vừa đủ rồi bấm nút lấy đà, nhảy qua đầu khủng long, đạp vào cái nút bên kia cầu khiến cầu đổ sập, kéo theo con khủng long gớm ghiếc xuống theo.

- Cứu công chúa được rồi! - Cả đám la lên.

Tôi đi vào trong phòng, cánh cửa sắt mở to, nàng công chúa tóc dài bẽn lẽn nhìn tôi. Nhạc nổi lên du dương, ý nói cảm ơn tôi đã giết khủng long cứu công chúa.

Thế rồi giây phút vui sướng nhanh chóng qua đi. Cả đám cũng nhận ra công chúa Nhật Bản không có gì quá nổi bật. Nàng chỉ là cô gái nhỏ bé đội vương miện trên màn hình. Có đứa còn bĩu môi chê: "Công chúa gì mà lùn quá, không đẹp!"

Màn hình game từ từ đóng lại, để lại cả đám ngẩn ngơ vì tiếc sao mà game mau hết. Tàn cuộc, bọn trẻ nhanh chóng trở lại cuộc sống của mình, đứa bỏ về, đứa quay qua chơi game đua xe tiếp. Tôi ngồi bơ vơ một mình trên ghế gỗ, chợt nghĩ, sao mình cứu công chúa sớm vậy? Biết đâu cứ để game này chơi khó như thế, cứ để trí tưởng tượng của cả xóm về công chúa thật to, thật lộng lẫy như vậy có khi lại tốt. Tôi bâng khuâng ngồi nghĩ không biết mình sẽ làm gì sau khi đã cứu công chúa.

- Anh muốn chơi game khác không, lần này đi vào rừng tìm kho báu.

Một giọng nói quen quen cất lên. Tôi quay lại nhìn, thì ra đó là con bé Châu, con chủ quán game.

Đời cô Lựu

Không biết từ khi nào tôi hay nghĩ về cô Lựu mỗi khi cầm trái Lựu.

Hồi nhỏ, nghe ngoại tôi kể thì Đời cô Lựu là một vở cải lương nổi tiếng trước năm 1975 ở miền Nam, kể về cuộc đời sóng gió của một cô gái rất đẹp. Lúc đó, tôi chỉ biết đại khái là cô Lựu đẹp và sau này đi tu. Đến khi xem vở cải lương Đời cô Lựu (do nghệ sĩ Bạch Tuyết đóng), tôi dần hiểu ra câu chuyện.

Cô Lựu vốn là vợ của một tá điền làm cho Hội đồng Thăng thời Pháp thuộc. Thấy cô Lựu đẹp nên Hội đồng Thăng lập mưu ám hại anh chàng tá điền vào tù rồi đem cô về làm vợ. Lúc về làm vợ Hội đồng Thăng thì cô Lựu đã mang thai với chồng cũ. Sau khi sinh con trai, Hội đồng Thăng mang người con giấu vào cô nhi viện, nói với cô Lựu là con cô đã chết. Đứa con trai may mắn lớn lên tìm được người cha là tá điền vừa mãn hạn tù trở về. Ông chồng cũ tìm đến cô Lựu, buộc cô phải đưa một số tiền lớn, nếu không ông sẽ trả thù.

Lúc này, cô Lựu đã sinh thêm đứa con gái với Hội đồng Thăng. Nghe mẹ kể câu chuyện chồng cũ và con trai nên người con gái động lòng, lấy nữ trang trong nhà đem bán để giúp mẹ. Ngày nhận tiền, người con trai nhận ra em gái, thương cảnh cha mẹ ly tán và nể phục người em gái cùng mẹ nên anh quyết không nhận tiền. Lúc đôi bên đang đôi co thì chồng của người con gái xuất hiện, nghi ngờ người con trai là người yêu của vợ nên cãi vã, và bắn người con trai.

Cả nhà đưa con trai cô Lựu vào bệnh viện, lúc đó thì chồng cũ là ông tá điền, chồng sau này là ông Hội đồng Thăng, vợ chồng người con gái, và con trai cùng gặp nhau. Con trai của cô Lựu giận chuyện ba mình bị người của Hội đồng Thăng ám hại năm xưa nên lớn tiếng cãi vã, rồi đâm chết Hội đồng Thăng. Cô em gái phát điên khi thấy cảnh anh trai cùng mẹ khác cha giết cha ruột. Kết thúc vở cải lương, Cô Lựu cho rằng mọi ngang trái trong gia đình là do mình nên cô nguyện cắt tóc đi tu.

*

Tôi thấy cây lựu lần đầu khi theo má xuống chợ Bạc Liêu vào nhà Ý (dì) Hen, một người quen.

Cây lá nhỏ, nhiều nhánh, dáng mảnh, cành cong vút, oằn xuống vì nặng trĩu trái. Màu đỏ vàng láng bóng căng cứng của trái lựu nổi bật trên nền xanh của lá trong ánh chiều. Thấy tôi nhìn cây lựu thích thú, Ý Hen hỏi tôi có muốn ăn thử trái lựu không. Tôi vội gật đầu. Ý Hen bẻ một trái lựu to nhất, màu đỏ thẫm, da căng bóng, lấy dao xẻ trái lựu ra làm đôi đưa tôi và dặn:

- Con ăn nhai kỹ, đừng nuốt hột.

Tôi nhìn trái lựu vừa xẻ đôi thấy hàng trăm hạt lựu hồng ngọc mọng nước nằm chen chúc bên trong lớp vỏ lựu mỏng mảnh. Tôi đưa cả nửa trái lựu lên miệng, húp chất nước chua ngọt mát lạnh chảy ra từ khe nhỏ, cảm nhận được có nước xịt ra từ những hạt hồng ngọc, thêm cái đăng đắng của vỏ trái lựu khi há miệng cắn vào.

Ý Hen dặn tôi lấy lưỡi lùa hột lựu nhả ra, mà hột lựu thì nhiều quá làm sao tôi lùa hết trong miệng. Thời đó, tôi còn sợ lỡ nuốt hột lựu vào bụng, nó mọc lên thành cây lựu, rồi có nhiều trái tròn bự thế này chắc tôi chết. Nên cắn thêm vài nhát nữa, tôi bỗng thấy ăn lựu vậy làm biếng quá. Đến sau này, tôi mới biết là có thể ăn cả hột, chỉ cần nhai kỹ.

Nhìn cây lựu dáng đẹp, trái tròn vỏ đẹp, bên trong thì đỏ óng những hạt ngọc long lanh chen chúc, nhưng ăn vào thì khó lùa hột. Bù lại, trái lựu có nhiều chất dinh dưỡng gồm vitamin C, K, Folate, Kali, và Flavonoid. Đặc biệt, hạt lựu có tính chống oxy hóa cao gấp ba lần so với rượu đỏ. Nước ép lựu có tác dụng giảm viêm sưng nên giúp giảm đau trong các bệnh xương khớp khi dùng vừa phải. Nước lựu cũng có thể giảm cao huyết áp nên bệnh nhân nếu uống thuốc cao huyết áp cần cẩn thận khi dùng trái này vì có thể làm giảm huyết áp thêm.

Có lẽ trái lựu giống như cô Lựu năm xưa xinh đẹp, nhiều tố chất, nhưng bên trong có số phận đầy trắc ẩn.

Chè bưởi

Trời tối om, tôi lẽo đẽo theo ba, hai chân lần mò đi ngược lên dốc cầu tìm quán chè bưởi.

Nhà tôi nằm dưới mé sông sát cầu Cái Dầy. Căn nhà nằm lọt thỏm giữa hàng dừa trước sân và những cây xoài cổ thụ xung quanh nhà. Để đi bộ lên cầu, tôi phải đi ngược về hướng dốc cầu, leo lên một con dốc đất nhỏ mới đến mặt đường quốc lộ, sau đó bẻ cua 180 độ rồi đi bộ tiếp. Hằng ngày, tôi vẫn hay chạy nhảy cùng con Mực ở con dốc này nên buổi tối khi đi với ba, không cần đèn rọi tôi vẫn nhớ được đường. Biết tôi thích ăn chè nên nghe má nói có quán chè bưởi lạnh mới mở trên cầu, ba liền dẫn chị em tôi đi ăn.

Vừa lên gần hết con dốc, tôi đã thấy mấy bộ bàn ghế ở hành lang đi bộ trên cầu. Lúc này cầu Cái Dầy là loại cầu cũ, xây từ trước năm 1975. Hai bên cầu là hành lang dành cho người đi bộ được xây cao hơn mặt đường. Hàng rào cầu là những cột xi măng hình vuông sơn đỏ trắng to đùng, giữa là những thanh lan can ống sắt tròn nối những cây cột vuông. Về sau cầu Cái Dầy xây mới lại không còn lối đi bộ cao hơn mặt đường nữa.

Trời tối om nên giữa mỗi chiếc bàn gỗ phải để một ngọn đèn dầu đã vặn tim cao hết cỡ. Ánh sáng lập lòe từ chiếc đèn phát ra như muốn xua đi màn đêm đặc sệt. Phía giữa cầu, cô chủ quán đứng cạnh cái đèn măng sông, đang phát ánh sáng rè rè vàng vọt, đủ để cô thấy đường múc chè từ nồi vào ly, bỏ thêm nước dừa, và đá đập mịn trên cùng. Ánh sáng vàng dịu từ chiếc đèn rọi vào tấm áo bà ba trắng có chấm bông đỏ làm nổi bật dáng cô trong đêm tối.

- Cô ơi, chè này là chè gì hả cô?

Tôi hỏi sau khi ba tôi kêu ba ly chè lạnh.

- À, là chè bưởi.

Tôi nghe qua không hiểu lắm. Tôi nghe ngoại kể nhiều loại chè như chè thưng, chè táo xọn, chè mè đen, và chè đậu trắng nhưng chưa nghe chè bưởi bao giờ.

- Chè bưởi là chè sao hả cô?

- Là chè làm từ vỏ trái bưởi đó con.

Trái bưởi thì tôi biết vì mấy chị em tôi hay lấy vỏ bưởi đội lên đầu chơi sau khi má tôi gọt bưởi. Nhưng tôi nhớ có lần thử cắn vào thì thấy vỏ bưởi đắng, lại cay cay nên làm sao vỏ bưởi nấu chè được.

Tôi theo ba và chị ngồi vào cái bàn gỗ có ghế cóc bốn chân thấp lè tè. Mùa hè miền Tây, tuy là buổi tối nhưng cái nóng hầm hập từ ban ngày vẫn còn đâu đó. Mỗi lần có xe đò sáng đèn chạy qua, chiếc cầu rung nhè nhẹ mang cái nóng hầm hập ban ngày bốc lên. Thỉnh thoảng, gió từ sông thổi vào, mang theo hương phù sa của con kênh xáng cạp mới đào.

Ba cái ly thủy tinh đựng chè được mang ra. Tôi tò mò lấy muỗng múc vào bên trong xem chè bưởi thế nào dưới ánh đèn dầu leo lét. Trên cùng ly là lớp đá bào dày, lớp nước dừa ở giữa, và dưới cùng là lớp chè vàng dẻo, có mấy hạt đậu xanh nổi bật trong lớp bột vàng vàng hơi trong. Nhưng tôi không tìm ra miếng bưởi xanh nào, cũng không nghe mùi thơm thanh nhẹ mọi khi của trái bưởi.

- Sao con không thấy bưởi hả ba? – Tôi hỏi.

Chị tôi chắc cũng tò mò, lấy muỗng xúc vào ly tìm bưởi như tôi. Ba tôi cười cười nói:

- Con khuấy đều lên rồi ăn thử đi.

Tôi nghe lời ba, lấy muỗng dầm đá, nước dừa, quyện vào lớp chè đặc vàng bên dưới rồi đưa lên miệng.

Vừa nuốt vào, tôi liền cảm nhận ngay có vị gì đó là lạ. Tôi cảm giác có sợi gân giòn sực thơm nhẹ mùi bưởi. Nhìn kỹ thì ra đây là vỏ bưởi đã cắt thành sợi, gần như trong suốt chỉ còn nổi bật vài sợi gân với chút vệt trắng nhỏ bên trong.

Tôi múc thêm mấy muỗng chè đưa vào miệng. Nước béo của dừa, cái lạnh của đá bào, vị ngọt bùi của đậu xanh, và cái giòn sực dai dai thơm dịu của vỏ bưởi hòa cùng cơn gió mát từ sông mang đến cho tôi cảm giác sảng khoái trong cái nóng mùa hè.

- Có những thứ mới đầu nhìn thì không thấy, nhưng thử rồi mới biết.

Ba tôi từ tốn nói trong lúc chị em tôi đang tận hưởng ly chè bưởi lần đầu trong ánh đèn dầu mờ ảo.

Bánh tằm khoai mì

Chiều nay tôi cảm thấy vui vì bệnh nhân đã giảm bệnh, lại còn cho tôi nhiều món ngon như bánh tằm khoai mì, bánh quy, và chè ba màu.

Lần đầu tôi ăn bánh tằm khoai mì là ở cuối một con hẻm sau cơn mưa buổi sáng. Thời đó, mỗi ngày má đều cho tôi chút tiền ăn sáng, mà tôi thì đang mê nuôi cá tàu nên toàn nhịn đói để dành tiền mua cá. Mỗi ngày tôi mua một, hai con cá tàu, ước mơ có ngày trở thành "cao thủ võ lâm" trong giới nuôi cá tàu ba đuôi ở Bạc Liêu.

Sáng Chủ nhật, tôi vừa dắt xe đạp định chạy đến nhà chú Nghĩa để mua cá thì trời mưa tầm tã. Tôi mặc vội áo mưa rồi còng lưng đạp tiếp, trong đầu chỉ nghĩ đến những con cá tàu tròn trĩnh đang đợi tôi rước về.

Đường vào con hẻm vắng vẻ, cơn mưa buổi sáng cũng tạnh dần. Vào gần sâu trong hẻm, một mùi thơm là lạ bốc lên, xen lẫn chút mùi của đường mương. Tôi đang đói nên dừng xe ngó lại. Một bà lão mặc áo mưa từ từ đẩy chiếc xe đạp chở một thùng gì phía sau đang bốc khói nghi ngút.

Thấy tôi tò mò dừng xe, bà lão hỏi:

- Ăn bánh tằm khoai mì không con?

Bánh tằm thì tôi ăn rồi, khoai mì cũng ăn rồi, nhưng món kết hợp bánh tằm với khoai mì thì chưa ăn bao giờ. Tôi thắc mắc không biết đây là món gì.

Vừa nói xong, bà lão tháo nắp ra. Mùi khoai mì nóng, mùi nước dừa, mùi mè thơm trộn lẫn vào nhau làm bao tử tôi sôi lên. Khi làn khói tan đi, nhiều sợi bánh to, dài, đầy màu sắc, xanh, đỏ, trắng đang nằm trộn lẫn với đám sợi dừa nạo trắng trắng cong cong. Chợt nhớ là tôi đang cầm tiền đi mua cá, nếu mua bánh tằm khoai mì thì sẽ không còn đủ tiền, nhưng khi nghe tiếng mời của bà lão là tôi đổi ý.

- Mua mở hàng cho bác đi con, bác mới dọn hàng mà mưa quá trời.

- Dạ.

Tôi đáp nhanh, không nghĩ thêm khi nhìn xuống dáng lưng còng của bà lão bên chiếc xe đạp màu đen, nhiều chỗ tróc sơn loang lổ, khung xe được gia cố để chở thêm thùng bánh có nồi nước nặng phía sau.

- Làm cái này cực không bác?

Tôi tò mò hỏi khi thấy bác cúi người lấy bọc lá chuối tươi ở phía trước, để trên yên chuẩn bị gắp bánh bỏ vào.

- Cũng cực vì bác phải nạo khoai mì, trộn với bột rồi hấp lên, sau đó mới cắt nhỏ ra trộn dừa tươi.

Vừa nói, bác vừa gắp từng miếng bánh tầm khoai mì bỏ vào lá chuối, rồi lấy miếng trắng xanh hình chữ nhật, cắt từ cuống của trái khóm làm "muỗng" bỏ lên gói bánh tầm.

Trả tiền xong, tôi dựa xe đạp vào tường, ngồi trên yên xe mở gói lá chuối, bóc từng cọng bánh tầm khoai mì ăn ngấu nghiến.

Phía xa, bác gái đã lên xe đạp, chở thùng bánh tầm khoai mì xa dần khỏi con hẻm mang theo cả dự định mua cá tàu ban đầu của tôi.

*

Không ngờ hôm nay tôi được nếm lại mùi vị năm xưa của bánh tầm khoai mì ở một nơi rất xa - Los Angeles, nước Mỹ. Tôi vừa ăn vừa êm đềm nhớ lại ký ức lần đầu nếm món quà miền Tây, thấy mình đã đi rất xa những ngày thơ ấu. Bánh tầm khoai mì, quý vị thử chưa?

Chở Tết trên sông

- Ê Quỳnh, ghe nhà tao mới lên.

Nghe thằng bạn thân nói nhanh trong điện thoại, tôi cúp máy mà lòng mừng hớn hở, nghĩ ngay đến miếng dưa hấu ngọt lịm sắp tan trong miệng của mình. Ghe nhà thằng bạn tôi hay chở dưa hấu từ miền Tây lên Sài Gòn bán. Mỗi lần ghe lên nó hay rủ tôi ra tàu chơi ở bến Bình Đông nằm trên kênh Tàu Hủ.

Đã 20 tháng Chạp, chỉ còn mười ngày nữa là Tết. Vậy là ghe dưa hấu lên hơi trễ vì nhà dưa thường bán trước Tết vài tuần. Tôi hớn hở dắt xe đạp ra, nhắm về hướng Quận 8. Buổi trưa mà Sài Gòn vẫn đông đúc, xe cộ tấp nập như mắc cửi. Tiếng còi xe inh ỏi, tiếng xe máy lên ga khi đèn xanh vừa bật, tiếng xe buýt ra vào bến vội vàng, bụi bặm và hơi nóng hầm hập hắt lên mặt vẫn không làm tôi quên nghĩ tới miếng dưa hấu tươi ngon.

Gần đến kênh Tàu Hủ, từ xa, tôi đã nghe thấy mùi thum thủm, thỉnh thoảng vơi đi khi có cơn gió mạnh thổi đến. Lúc này là nước ròng nên ghe đậu xa bờ. Tôi dựng xe đạp vào gốc cây bàng ven con kênh đen ngòm, dõi mắt tìm chiếc ghe có hình dáng và biển số quen thuộc, có một con mắt sơn bị tróc một bên, nhìn như đang khóc thầm. Các ghe tàu ở miền Tây thường sơn cặp mắt phía trước mũi, như đang nhìn về phía trước trong dòng nước phù sa đục ngầu.

- Lên đây nè con! - Má thằng bạn vừa thấy tôi trên bờ đã đứng lên mũi ghe huơ huơ tay.

Tôi lấy thế, nhón chân, rồi bước chéo từ từ lên thanh ván nhỏ xíu dẫn lên tàu. Hồi chưa quen, tôi cứ sợ bị té xuống sông khi bước lên thanh ván gỗ vừa nhỏ, vừa mỏng manh, bị cong xuống theo nhịp bước. Ấy thế mà người ta có thể vác dưa hấu lên xuống dễ dàng trên thanh ván đó.

Lên đến ghe, tôi tròn mắt vì năm nay có nhiều dưa hấu quá. Dưa thường, dưa sọc, dưa hoàng kim, lẫn dưa chưng. Dưa sọc là loại dưa hay chưng ngày Tết do có những sọc dọc chạy theo thân nhìn rất đẹp. Dưa hoàng kim có thịt vàng bên trong thay vì đỏ như thông thường. Dưa chưng, hay còn gọi là dưa đại, to đùng, mà một vòng tay tôi ôm không xuể, thường để chưng trong những ngày Tết.

Tôi lên ghe, gặp thằng bạn tay bắt mặt mừng rồi nhảy vào phụ sắp dưa và làm vòng rơm đệm. Người mua dưa lên tàu bắt đầu đông, chủ yếu mua sỉ về bỏ hàng ở chợ hay ở các tiệm bán.

- Cho con nè Quỳnh! - Mẹ thằng bạn đưa tôi nửa trái dưa hấu kèm cái muỗng.

Đây là món khoái khẩu của tôi. Dưa chín vừa tới, đỏ rực, có chút xốp bên trong. Tôi lấy muỗng múc một vòng tròn ở giữa trái dưa, bán kính là một phần tư đường kính trái dưa hấu. Bằng cách này, tôi múc phần ngon nhất của trái dưa mà tránh được hột. Tôi đưa lên miệng cắn, nhắm mắt lại tận hưởng cảm giác vị ngọt ngày Tết trong khi mùi thum thủm của kênh Tàu Hũ vẫn lượn lờ xung quanh.

Tôi bò lên chòi lái rồi đứng trên nóc ghe, nhìn ra ngoài. Phía trước là một ghe chở hoa cúc, vạn thọ, và mai chiếu thủy. Những chậu hoa màu vàng chất đầy trên ghe, đổ bóng xuống sông, làm sáng lên một góc sông đen ngòm. Thấp thoáng bóng bà chủ và cô con gái mặc áo bà ba đang tới lui bưng hoa bán cho khách. Xa xa, vài chiếc ghe chợ hoa đang chạy trên sông với tiếng máy tàu xình xịch rẽ sóng. Tôi phụ bán đến chiều thì về, hẹn vài hôm ra tiếp, nhưng rồi quá nhiều đồ án kiến trúc cộng thêm chạy bàn nhà hàng nên tôi không ra phụ bán dưa như dự kiến. Hôm 28 Tết, tôi vừa nộp bài xong thì nhảy lên bến xe miền Tây về quê Bạc Liêu ăn Tết.

Qua Tết, tôi vội đạp xe ra ghe dưa để xem. Đến nơi, tôi bất ngờ vì thấy dưa hấu còn nhiều quá, chắc khoảng hơn nửa ghe.

- Còn dưa cho con ăn nè!

Vẫn câu nói đó nhưng giọng đượm buồn, bác gái đưa tôi nửa trái dưa.

Chiều mùng năm, ghe dưa vắng khách. Tôi cầm nửa trái dưa, múc vòng tròn ăn, thấy vị ngọt đã lạt đi một nửa, không còn ngọt bùi như hôm trước.

- Năm nay dưa bán ế con à!

Bác trai nhỏ nhẹ nói.

Tôi đứng lên tàu, nhìn ra chiếc ghe hoa phía trước. Hoa vẫn còn đầy, vẫn những mảng vàng xanh đỏ che phủ gần nửa chiếc ghe phản chiếu trên dòng kênh đen ngòm. Trên mái ghe, tôi không thấy dáng đi thoăn thoắt áo bà ba của bà chủ và cô con gái như trước Tết.

Vậy là hoa cũng ế như dưa!

Miếng dưa hấu trong miệng tôi bỗng nhiên nghe đâu chút vị đăng đắng.

Những lần ngủ ngon

Trưa hôm qua, tôi đã có một giấc ngủ ngon quá trời quá đất!

Chuông hẹn giờ từ chiếc iPhone kêu inh ỏi đến ba lần tôi mới ngồi dậy, nhấc chân ra khỏi giường trong trạng thái nửa tỉnh nửa mê. Làn nước mát đập vào mặt, mùi sữa rửa mặt thoang thoảng làm tôi dần tỉnh, chợt nhớ lại những lần mình đã ngủ thật ngon trước kia.

Lúc còn bé, ở Cái Dầy không có đồ chơi, tôi hay lật ngược hai chiếc ghế gỗ xếp thành đầu xe tải, rồi lấy cái hai gối ôm của chị em tôi làm thùng xe phía sau. Kế đó tôi ngồi lên gối ôm, vòng tay qua vịn ghế gỗ giả bộ lái xe. Tôi mê chơi lái xe đến nỗi ngủ quên trên chiếc xe giả. Ba tôi kêu vào giường ngủ mà tôi không nghe, cứ ôm gối, ôm ghế chìm trong mộng tưởng mình làm tài xế.

Kêu hoài không thấy tôi thức, ba bèn cúi người bế tôi vào giường. Trong mơ màng, tôi vẫn cảm giác mình được nhấc bổng lên, xoay một vòng, rồi từ từ đi vào trong. Má tôi ngồi sẵn bên mép giường, vén cái mùng vải lên để ba nhanh chóng ẵm tôi vào trong vì sợ muỗi vào theo. Và thế là tôi ngủ say đến sáng.

Lần ngủ ngon khác là ở đám tang ngoại tôi.

Đám tang diễn ra ba ngày ba đêm, nhạc đèn inh ỏi, lúc trầm lúc bi nghe đến não lòng. Đêm cuối cùng, cả gia đình và bà con ai nấy đều mệt mỏi. Tôi đầu quấn tang trắng, chân mặc quần tang lụng thụng đã úa màu, nằm co ro trên chiếc chiếu lót tạm trên nền gạch bên dưới quan tài kê cao của bà ngoại. Đó là lần đầu tiên tôi cảm nhận về cái chết. Tôi nghe người lớn nói rằng ma quỷ hay đến viếng người mới chết nên mới có đám người mặc đồ đen, đồ đỏ, trên lưng in chi chít chữ Tàu, đánh trống, chập cheng, phun lửa phèo phèo cả đêm trừ tà đuổi ma.

Nhưng tôi không sợ. Tôi nhớ ngoại, nhớ vòng tay ấm áp đưa chén chè táo xọn vàng ươm, rưới thêm nước dừa ngoại mua cho tôi ở chợ Bạc Liêu trong chuyến xe lôi buổi sáng lên Cái Dầy. Tôi nằm đó, dưới quan tài ngoại ngủ thiêm thiếp, nhớ về chén chè thơm. Tôi ngủ ngon cho đến lúc má gọi dậy khi gần sáng, rồi giật bắn mình vì tiếng kèn và trống khua inh ỏi khắp nơi chuẩn bị cho lễ di quan ra xe.

Lần khác, tôi ngủ quên trong sạp vải má tôi.

Tôi ôn thi đại học cả đêm, sáng đi học phổ thông, trưa học vẽ luyện thi Kiến trúc, thỉnh thoảng còn trốn đi đá banh nên chiều ra chợ vải thì đã quá mệt. Ăn xong đĩa bánh cuốn dì Năm, tôi tìm cách chui vào một cái thùng trong sạp vải má tôi ngủ. Cái thùng dưới sạp vải thấp lắm, chỉ cao hơn nửa mét để chứa vải mỗi tối. Ban ngày, má tôi lấy vải từ thùng ra chất thành hàng phía trên sạp để bán.

Tôi mở cửa gỗ phía trên sạp vải, lách vào, co người nằm giữa những chồng vải. Mùi vải mới, mùi vải Satin bóng lẫn mùi hồ từ vải Kate, mùi mồ hôi, tiếng ồn ào nói chuyện cò kè trả giá mua vải, và cái hầm hập ban trưa của chợ nhà lồng vẫn không ngăn được giấc ngủ của tôi. Vừa chui vào thùng, tìm được chỗ nằm vừa ý, tôi đã ngáy khò khò. Đến chiều sắp dọn sạp, má không tìm thấy tôi đâu tưởng tôi đi xuống chợ cá chơi. Ai dè tôi ngủ ngon quá, nằm kẹt trong đống vải dưới sạp.

Lần ngủ ngon khác là khi tôi đi phỏng vấn trường Y ở Pennsylvania. Buổi chiều vừa phỏng vấn xong, tôi đang đi một vòng tham quan bệnh viện, nói chuyện với các bác sĩ nội trú, thì nhận được cuộc gọi từ trường *Đại học Michigan State College of Human Medicine* thông báo kết quả được nhận vào chương trình MD (Doctor of Medicine, Tiến sĩ Y khoa). Tôi mừng như vỡ òa vì sau gần hai năm vất vả bỏ nghề kiến trúc, tôi đã có một con đường phía trước.

Trên đường lái xe hơn chục tiếng từ Pennsylvania về lại Michigan, tôi mệt quá nên dừng lại, tìm chỗ ngủ tạm dọc đường trong trạm nghỉ. Trời mùa đông, gió thổi lạnh buốt, tuyết rơi trắng xóa bên ngoài kính xe. Chiếc Honda Civic màu đen nhỏ bé, nằm bơ vơ trong bãi đậu xe mênh mông của trạm nghỉ sơn trắng. Tôi bật ghế, để máy chạy rù rù, hạ kính phía sau xuống một tí để có chút không khí vào xe rồi nằm ngủ. Vừa nằm xuống tôi đã ngủ ngay, đến khi chuông điện thoại kêu mấy lần mới dậy. Tôi ngồi dậy định lái xe đi tiếp nhưng không dậy nổi, bèn cầm điện thoại hẹn lại giờ, tự thưởng cho mình thêm một tiếng nữa.

Mới hơn bốn giờ sáng, tôi tỉnh dậy giữa xung quanh tuyết lạnh nhưng lại thấy cực kỳ sảng khoái. Bật đèn xe, tôi thấy đường sá mùa đông sao sáng sủa, y như tương lai sắp tới của mình. Tôi đạp côn, gạt cần, rồi gài số tới, lên ga chạy về Michigan trên con đường đầy tuyết.

Tôi nghiệm ra những lần ngủ ngon nhất không phải là những lần tôi ngủ dài nhất, trên những chiếc giường êm ái nhất hay tại những nơi đẹp nhất.

Ngủ ngon là khi tôi thấy mình yên bình, cảm nhận được sự thoải mái trong tinh thần lẫn thể xác. Càng lớn, tôi càng mong có những giấc ngủ ngon như vậy vì mỗi khi thức dậy, tôi lại thấy mình khỏe khoắn lạ thường, sẵn sàng cho những công việc, những dự định ấp ủ còn đang chờ phía trước.

"Ba ơi, ở tuốt bên kia cầu là gì?"

Lúc nhỏ, tôi đứng bên gốc dừa, dưới dốc cầu Cái Dầy, chỉ tay về nơi xa xa bên kia sông, hỏi ba:

- Ba ơi, ở tuốt bên kia cầu là gì?

- Sóc Trăng, quê ngoại con ở đó. - Ba tôi đáp.

- Vậy xa hơn Sóc Trăng là gì hở ba?

- Sài Gòn, quê nội con.

- Vậy xa hơn Sài Gòn là gì? – Tôi hỏi tiếp.

- À, xa hơn Sài Gòn là đi nước ngoài, nước Pháp, nước Mỹ, nước Anh, và cả thế giới. Một ngày nào đó khi con đi khắp thế giới, con sẽ thấy thế giới rất rộng lớn, nhưng không có nơi nào là xa cả.

Lúc đó, tôi không biết thế giới rộng thế nào, chỉ biết đồng ruộng Cái Dầy là quá rộng lớn với tôi. Những buổi chiều đi học về, tôi thường lang thang cùng bạn bè trong xóm đến tận cuối kênh xáng cạp hay khu kinh tế mới nằm sâu phía sau chợ mới Cái Dầy.

Khi lớn lên, tôi có dịp thực hiện ước mơ của mình là đi nhiều nơi trên thế giới. Khi bắt đầu đi ra khỏi Việt Nam, tôi mới hiểu được lời ba nói *"không có nơi nào là xa cả"* nếu mình thực sự muốn đi.

Lúc mới qua Mỹ, nghe người ta nói từ Holland đi Chicago là rất xa, vì lái xe hơn 3 giờ mới đến. Nhưng tôi đi vài lần thì không thấy Chicago xa nữa. Nghe nói New York xa lắm, từ Michigan phải lái xe mấy chục tiếng mới đến, vậy mà tôi cũng lái được đến New York, không thấy xa. Cứ thế, tôi đi tiếp, đến châu Âu, đi một vòng, rồi sau này đi châu Phi. Tôi cũng đi khắp Việt Nam, từ Sapa, Hà Nội đến Nha Trang, Đà Lạt, rồi Sài Gòn, miền Tây, hay ra tận Phú Quốc xa xôi.

Tôi học được rất nhiều từ những chuyến đi, có thêm những hành trang mới, những người bạn mới, những trải nghiệm mới, và thấy cuộc sống thật thú vị.

Covid-19 có thể làm thay đổi nhiều thứ, nhưng không thay đổi thói quen đi đây đó để học hỏi của tôi.

Mấy năm nay, tôi tập trung đi nhiều trong nước Mỹ, quê hương thứ hai của mình. Tôi đã đến 25 tiểu bang, chủ yếu là đi hội thảo, phỏng vấn trường Y, phỏng vấn làm nội trú, nghiên cứu sinh. Tôi dự định sẽ đi hết 50 bang nước Mỹ, đến những bang ít nghe nói như Montana, Dakota, Alaska, Idaho, hay Wyoming. Mỗi tiểu bang sẽ là một câu chuyện, một điểm lịch sử, và một điều thú vị mới.

Tôi sẽ còn trở lại châu Âu, uống cà phê Paris, ăn sáng London, sau đó vòng xuống châu Á, thưởng thức phở Sài Gòn, bún nước lèo Bạc Liêu, ghé Thái Lan, Campuchia, đi châu Phi, vẽ kim tự tháp Ai Cập.

Và nhất định, tôi cũng sẽ ghé lại Cái Dầy năm xưa, nơi bắt đầu những thắc mắc đầu tiên về thế giới: *"Ba ơi, ở tuốt bên kia cầu là gì?"*

Bóng đá nữ

Lúc nhỏ chơi đá banh thiếu người, thỉnh thoảng đội banh xóm dưới đưa con bé Thanh bán chè đầu hẻm vào chơi. Mấy thằng trong xóm, trong đó có tôi, thấy có đứa con gái cột tóc đá banh chung bèn cười ngặt nghẽo. Thằng thì sợ lỡ đá trúng chân nhỏ Thanh, đứa thì lo lỡ chạy đụng vào người khiến nó té đau, không còn đi bán chè giảm giá cho mấy thằng tụi tui ăn nữa thì sao.

Nhưng cả đám đều lầm.

Nhỏ Thanh chơi tiền vệ cánh tốt hơn cả thằng Bảy. Nó chạy lên chạy xuống thoăn thoắt không biết mệt khi có banh hay chạy trống chỗ. Nó chuyền cắt mặt dọn chỗ cho thằng Hảo tiền đạo chỉ việc đánh gót nhẹ vào khung thành được đánh dấu bằng hai chiếc dép. Khi chạy về phòng thủ, nhỏ Thanh cản banh không thua hậu vệ, thằng nào đụng nó đều té ngửa vì cặp chân nó tuy nhỏ xíu nhưng có sức cản ngàn cân. Về sau, đội nào đá cũng muốn có nhỏ Thanh và quên mất việc nó là con gái. Lúc đó, tôi nhận ra con gái Việt chơi đá banh không kém gì nam.

Trong khi đội bóng nam ở Việt Nam thường được cộng đồng lăng xê, quà cáp, thưởng nóng, thưởng lạnh, tiền quảng cáo khủng thì đội bóng nữ vẫn âm thầm lẳng lặng cống hiến cho khán giả bằng những kết quả ấn tượng.

Đội tuyển nữ Việt Nam đã vô địch cúp AFF ba lần, năm 2006, 2012, và 2019, đoạt huy chương vàng sáu kỳ Sea Games Đông Nam Á, thậm chí vào đến tứ kết Asian Game 2014 tranh huy chương đồng với Hàn Quốc, và từng được FIFA xếp hạng 37 thế giới (trong khi đội bóng nam Việt Nam xếp 94 – theo số liệu năm 2023).

Đội tuyển bóng đá nữ Việt Nam còn làm nên lịch sử khi lần đầu vào vòng chung kết thế giới World Cup 2023 tổ chức tại Úc và New Zealand. Như vậy, so ra về thành tích thì đội tuyển bóng đá nữ Việt Nam phải thuộc hàng cao thủ trong khu vực châu Á.

Nhưng, sau những hào nhoáng và giải thưởng bóng loáng trên giấy tờ, các cầu thủ nữ nhanh chóng trở về cuộc sống đời thường, lại vật lộn với cơm áo gạo tiền, chạy ăn chăm lo cho chồng con, hay tranh thủ đi bán hàng để có tiền trang trải cuộc sống.

Mong rằng sự đóng góp của bóng đá nữ sẽ được ghi nhận đúng mức. Lúc đó, các nữ cầu thủ an tâm cống hiến, đội bóng đá nữ Việt Nam sẽ còn đi xa hơn, có thể vào sâu hơn trong các giải vô địch thế giới.

Ngày sinh nhật đáng nhớ

Lần đầu tiên tôi được rủ đi ăn sinh nhật là ở nhà thằng bạn đầu hẻm.

Đám con trai trong xóm lần đầu tiên được mặc áo sơ mi đóng thùng, có thằng vừa đi vừa phải kéo quần lên vì bị tuột. Đám con gái thì xúng xính váy áo, có đứa còn thoa chút son đỏ hoét trông thật lạ mắt, khác hẳn lúc bắn bi đánh lộn với tụi con trai.

Ba mẹ thằng bạn đãi cả đám con nít bánh mì nướng vàng, quết *pa-tê* gan, ăn kèm theo thịt nguội thái mỏng, chả lụa cắt khoanh tròn sắp trên đĩa cùng dưa chua, củ cải trắng và cà rốt. Vừa ăn, chủ nhà còn hào phóng bật đầu máy Sharp chiếu phim hoạt hình *"Bạch Tuyết và bảy chú lùn"* trên chiếc tivi JVC màu 14 inch, xịn nhất lúc bấy giờ, cho cả đám ngó xem.

Tôi vừa ăn ngấu nghiến, vừa xem Bạch Tuyết lạc vào rừng gặp các chú lùn. Đến đoạn cả đám chú lùn tổ chức tiệc ăn uống ngon lành mỗi ngày như ăn sinh nhật suốt cả năm, làm tôi ngạc nhiên và nghĩ sao mình không ăn ngon mỗi ngày như ngày sinh nhật của mình.

Lần sinh nhật đáng nhớ khác là lúc tôi đã định cư tại Mỹ. Lúc đó, tôi đang học Kiến trúc tại Đại học Michigan. Học gần xong các lớp buổi sáng, tôi ngồi xe buýt của trường đi từ khu Kiến trúc Kỹ thuật ở phía Bắc về phía *Campus* trung tâm để học các lớp xã hội buổi trưa. Đang ngồi trên xe buýt mơ màng nhìn ra ngoài thì bỗng xe dừng lại, tôi nghe tiếng ông tài xế nói to, giọng có hơi run:

- Tất cả sinh viên chú ý, nước Mỹ bị tấn công, các lớp học bị hủy ngay lập tức.

Cả xe im lặng, chúng tôi đành đổi chuyến xe buýt quay về ký túc xá. Cả buổi trưa đến chiều hôm đó không khí trong ký túc xá thật căng thẳng, trường học đóng cửa, không ai biết chuyện gì sẽ xảy ra tiếp theo sau khi hai tòa tháp *WTC (Trung tâm thương mại thế giới)* và Ngũ Giác Đài bị tấn công. Buổi tối, tôi và hai thằng bạn cùng phòng ngồi nhà coi tivi nghe Tổng thống Bush phát biểu, quyết định hủy luôn kế hoạch đi ăn sushi mừng sinh nhật sẵn tiện mừng tôi vừa kiếm được công việc rửa bát ở trường Đại học Luật Michigan.

Từ đó, hơn hai mươi mấy năm trôi qua, mỗi ngày sinh nhật tôi đều nhớ về khoảnh khắc buổi sáng định mệnh của nước Mỹ, nhớ mãi giọng nói run run, gương mặt xúc động của bác tài xế già khi dừng xe nhìn cả đám sinh viên, nhớ giọng trầm buồn của Tổng thống Bush nói chuyện với cả nước, trích đoạn Kinh Thánh miêu tả sự tàn nhẫn và cái ác.

Và cứ thế, mỗi sáng ngày 11 tháng 9, tôi dành vài phút nghĩ về hơn hai nghìn người đã mất trong vụ khủng bố, nghĩ đến nước Mỹ, quê hương thứ hai đã cho tôi cơ hội để có được hôm nay, được sống và được đón sinh nhật mỗi năm trên đất nước này.

Mùi máy sấy

Buổi tối khi chạy bộ quanh khu nhà, tôi vô tình ngửi thấy một mùi quen thuộc mà lâu rồi chưa gặp lại: Mùi giấy thơm của máy sấy đồ.

Lúc tôi vừa đến Michigan cũng là cuối thu. Khi đó, lá vàng đã nhuộm rực một góc trời ở thành phố Holland. Những con đường vắng, vài chiếc lá cuốn bay là đà theo từng chiếc xe chạy qua. Thời tiết Michigan lạnh buốt khi tôi vừa từ Việt Nam sang. Vừa đi học tiếng Anh, vừa đi làm hãng, vừa chạy bàn nhà hàng, tôi tất bật quay cuồng với cuộc sống mới. Buổi sáng ra khỏi nhà từ sớm với chiếc xe cà tàng đến tối mịt tôi mới về nhà.

Chỗ tôi ở là một khu nhà chung cư có phòng giặt sấy đồ riêng. Mỗi chiều tối, căn phòng nhỏ xíu có mấy chiếc máy giặt sấy cổ lỗ sĩ nằm gần hành lang trở nên chậtních vì nhiều người đứng xếp hàng chờ đến lượt giặt đồ và sấy đồ.

Lúc mới dọn đến chỗ này, má tôi không biết tiếng Anh nên chưa đọc được hướng dẫn sử dụng máy. Tôi đi theo má, mò mẫm nhìn hình vẽ, đọc chữ, đoán cách sử dụng rồi mở nắp, bỏ ba xu 25 *cent* vào rồi thử bấm nút chạy. Chiếc máy kêu è è, uể oải từ từ chạy, rồi tăng tốc rung lên bần bật tưởng chừng như đồ sắp rớt hết ra ngoài. Rồi dần dần, má tôi có kinh nghiệm xài máy giặt hơn, chẳng những biết cách bỏ tiền xu mà còn chọn chế độ giặt cho tiết kiệm xà bông. Bà còn biết cách chọn loại giấy thơm bỏ vào khi sấy đồ, làm đồ sấy xong vừa mềm, vừa thơm lâu, lại vừa có mùi đồ mới. Má tôi cũng chọn giờ đi giặt sấy trễ hơn để ít phải xếp hàng chờ.

Những buổi đi học về trễ, tôi lái xe chầm chậm vào *gara* phía sau nhà. Từ xa, đã thấy làn khói trắng có mùi dìu dịu của giấy thơm máy sấy quen thuộc bốc lên ở một góc gần cầu thang. Tôi dừng lại, trong cái lạnh cóng mùa thu Michigan, tôi hít thật sâu, cảm nhận được má tôi hay ai đó ở phòng sấy đang lom khom cúi người giặt đồ cho cả gia đình.

Sau này qua California, má tôi xài máy giặt sấy xịn hơn. Hai chiếc máy chạy êm ru. Máy giặt không còn nghe tiếng lạch cạch gật gù nữa, chỉ còn tiếng nước chảy tóc tách. Máy sấy thì quay đều đều cũng không còn xì ra làn khói trắng có mùi giấy thơm.

Bởi vậy, tối qua chạy ngang một khu nhà khác, khi ngửi lại mùi giấy thơm từ máy sấy, tôi ráng hít thật sâu như nhớ lại khoảng thời gian ngày ấy. Và tôi đoán là tối qua hẳn có ai đó cũng đang khom người lui cui bỏ đồ vào máy, bỏ giấy thơm vào, và bấm nút tạo ra cái mùi quen thuộc như má tôi thuở còn ở Michigan.

Lamborghini

Má hỏi lý do tôi thích Lamborghini vì thấy chiếc xe này hơi nhỏ. Tôi định nói là xe rất mạnh, máy V10 5,2L phía sau với 610 mã lực, tốc độ nhanh, ôm cua tốt, âm thanh trầm ấm khi lên ga nghe đã tai, dáng xe đẹp, trẻ trung, góc cạnh đặc trưng, nội thất *carbon*,... nhưng nghĩ lại thấy giải thích kiểu này dài dòng quá nên tôi chỉ nói:

- Xe này chạy đã lắm má!

Đúng là khó giải thích hết về *Lamborghini Huracan LP610, Ferrari 488,* hay *McLaren 650S* trong một vài câu chữ.

Sau thế chiến II, doanh nhân người Ý tên Ferruccio Lamborghini, thành công trong việc lắp ráp máy cày từ các xe tải quân sự không sử dụng. Nghề bán máy cày phát đạt, giúp ông trở thành một doanh nhân giàu có. Khi có tiền, Ferruccio Lamborghini mua nhiều xe sang, trong đó có chiếc xe Ferrari, là một trong những xe sang và đẹp nhất lúc bấy giờ.

Tuy nhiên, chiếc Ferrari mua chạy chưa được bao lâu thì bị hư máy. Thay vì cứ đem xe Ferrari đi sửa hoài, Ferruccio quyết định tự sản xuất xe, dựa trên kinh nghiệm sản xuất, lắp ráp máy cày và xe tải quân sự. Ông còn thuê hẳn các kỹ sư của Ferrari về làm việc cho mình.

Năm 1963, hãng xe Lamborghini ra đời tại Sant'agata Bolognese, Ý và chiếc xe đầu tiên sản xuất là *Lamborghini 350 GTV*, hai chỗ ngồi, máy V12. Ferruccio Lamborghini chọn logo cho hãng xe hình con bò tót, do ông vốn cung Kim Ngưu, ngoài ra biểu tượng này còn đại diện cho sức mạnh và tốc độ.

Ngày nay, Lamborghini là một trong những thương hiệu xe sang nhất thế giới, được biết đến khắp nơi nhờ động cơ mạnh, kiểu dáng khỏe khoắn, góc cạnh đặc trưng. Lamborghini có nhiều dòng xe, hay gặp là Gallardo (không còn sản xuất từ năm 2014), Huracan, Aventador, và Urus (SUV).

Khi ngồi vào tay lái Lamborghini, điều đầu tiên quý vị cần nhớ là chỉnh khung gầm lên cao khi chạy ra đường nhỏ vì xe có gầm rất thấp, dễ bị cọ quẹt nếu chạy trong đường nhỏ có nhiều dốc.

Xe còn có chế độ đua (Sport) hay muốn cảm giác mạnh hơn là chế độ đua *track* (Corsa), *Lamborghini Huracan* vọt từ 0 đến 62 mH (100 km/h) chỉ trong 3 giây. Khi nhấn ga, quý vị sẽ có cảm giác như đang rơi tốc độ cao trong trò tàu lượn siêu tốc Roller Coaster, tim và ngực bị ép lại, dán dính chặt vào ghế.

Chạy xong vài phút, cảm giác đã hưng phấn thì quý vị chuyển lại chế độ chạy bình thường (Strada), chiếc Lamborghini lúc này như con bò tót vừa đấu xong, ngoan ngoãn nhẹ nhàng gầm gừ từ từ chui vào *gara*, sẵn sàng cho cuộc đấu kế tiếp.

Ducati Classic

Buổi sáng cuối tuần, loay hoay hơn mười phút tôi mới tìm được chỗ đậu xe ở một quán cà phê. Chạy vội vào quán, xin lỗi anh bạn vì đến trễ giờ, tôi hỏi ngay làm sao anh tìm được chỗ đậu xe hay vậy. Anh chỉ tủm tỉm cười và nói: "Đi xe này thì lúc nào cũng có chỗ đậu". Nói xong anh chỉ ra đường.

Một em *Ducati Classic Sport 1000* màu đen, ống xả đôi hai bên, bình xăng *oval* nhô cao hầm hố, đèn tròn long lanh kiểu cổ điển, khung sườn dáng cong chân dài đang nằm ngoan ngoãn bên lề đường.

Trước kia, tôi quan tâm nhiều đến dòng xe *BWM S1000 RR, Yamaha R1, Ducati V4* nhưng hôm nay gặp em *Classic Ducati Sport,* tôi lại muốn trở thành người hoài cổ.

Dòng *Classic Sport* của hãng xe Ý sản xuất năm 2006-2009, dung tích 1000cc, gần 100 mã lực, chỉ có một chỗ ngồi nhưng dễ gắn thêm nhiều phụ tùng.

Em *Ducati* này anh bạn tôi gắn thêm bình dầu, đèn *led* xi nhan, bộ lọc khí, ống xả *titan,* nhưng nhìn vẫn đơn giản và đẹp. Ngồi lên em *Ducati*, tôi cảm nhận rõ đôi chân mình ôm sát bình xăng căng tròn. Bật công tắt, nhấn nhẹ nút, xe rùng mình thức dậy. Tôi nhè nhẹ lên ga, tiếng bô thanh, không chát, hòa vào cái nắng chói chang trưa hè California.

Hôm nọ đi chơi với người bạn chạy *Hummer*, tôi mua *Hummer*. Hôm nay gặp em *Ducati* cổ điển đẹp quá, tôi phải làm sao đây?

Boeing 737 MAX

Cách đây ba năm, chiếc Boeing 737 MAX của hãng Lion Air (mã số JT 610) đâm xuống biển ngay sau khi cất cánh, cướp đi sinh mạng của toàn bộ 189 hành khách và phi hành đoàn. Vài tháng sau, tháng Ba năm 2019, chiếc Boeing 737 MAX của Ethiopian (mã số ET302) cũng rớt xuống biển, khiến toàn bộ 157 hành khách và phi hành đoàn thiệt mạng.

Mấy hôm trước, tôi cũng vừa bay Boeing MAX 737 từ LAX đến Kansas. Cảm giác thật hồi hộp, từ lúc xe đẩy máy bay ra đường băng, tôi cứ lẩm bẩm cầu nguyện mong hệ thống MCAS *(Maneuvering Characteristics Augmentation System - Hệ thống tăng cường tính năng điều khiển bay)* không gặp vấn đề gì.

Boeing 737 MAX là thế hệ thứ tư của dòng 737, một trong những dòng máy bay thành công nhất của Boeing.

Dòng 737 MAX này có thêm động cơ lớn hơn, LEAP-1B, khiến máy bay có xu hướng ngóc đầu lên, nhất là trong lúc cất cánh. Hệ thống MCAS sẽ giúp máy bay chúi đầu xuống, cân bằng lại xu hướng này. Điểm quan trọng là MCAS là hệ thống tự động, có thể toàn quyền chủ động kéo đầu máy bay xuống mà không cần sự can thiệp của phi công.

Trước lúc hai tai nạn xảy ra, Boeing không cung cấp hướng dẫn và tập huấn đầy đủ về MCAS. Các điều tra từ hai tai nạn cho thấy MCAS nhận thông tin sai từ hệ thống cảm biến góc mũi (AOA sensor), góp phần gây tai nạn khi cả hai máy bay đều không thể điều khiển bởi phi công, tự cắm đầu xuống đất. Điều tra cũng cho thấy hãng Boeing gian dối khi báo cáo về MCAS và cố tình xếp dòng 737 MAX giống như các dòng 737 đời trước, nhằm giảm các bước kiểm tra và nhanh chóng được chấp thuận từ FAA *(Cơ quan quản lý hàng không liên bang Mỹ).*

Sau tai nạn chết người này, cổ phiếu Boeing mất giá, hàng loạt hợp đồng 737 MAX bị hủy. Boeing mất khoảng 2,5 tỷ USD đền bù cho hai vụ kiện này.

Sau 20 tháng cho máy bay nằm đất, các kỹ sư của Boeing đã thay đổi MCAS bằng cách chỉ cho phép hệ thống này can thiệp một lần, phi công hoàn toàn có thể kiểm soát máy bay mà không cần MCAS, và quan trọng hơn là có hai cảm biến góc (AOA) độc lập hai bên hông để bảo đảm góc cất cánh được đo chính xác. Các phi công cũng phải hoàn thành khóa học về MAX 737, trải qua kỳ thi thử và kiểm soát trong tình huống MCAS can thiệp.

Nhưng tôi vẫn cảm thấy hồi hộp khi bay 737 MAX.

Lúc mua vé, tôi định đi dòng máy bay khác nhưng chuyến bay đến Kansas chủ yếu vẫn bay bằng 737 MAX. Sau khi đọc các cập nhật về MCAS cũng như xem các kiểm tra của FAA, tôi nghĩ mọi thứ chắc sẽ ổn. United Airlines cũng đã cập nhật các chứng chỉ về MAX 737 cũng như FAA đã cho phép dòng máy bay này bay trở lại. So với các dòng 737 trước, dòng MAX đẹp hơn, rộng hơn, và chỗ ngồi thoải mái hơn. Khi vừa vào bên trong máy bay, tôi đã có cảm giác không khí được lọc sạch, ánh đèn *led* sáng dìu dịu trên trần, ghế ngồi thoải mái, chỗ để hành lý rộng rãi.

Sau khi máy bay đóng cửa và xe đẩy từ từ rời khỏi lồng hành khách, chiếc 737 MAX màu trắng ra đường lăn, ngay ngắn xếp hàng chờ đến lượt vào đường băng chính 25R/7L. Nhận lệnh cất cánh, phi công đẩy cần tay ga, hai động cơ GE (General Electric) hai bên cánh thổi 25.000 lbf đẩy chiếc máy bay Boeing rung nhè nhẹ rồi tăng tốc dần.

Tôi hồi hộp nhìn ra ngoài cửa sổ, khung cảnh bên ngoài thành phố bị bỏ lại nhanh dần về phía sau, cảm nhận được máy bay đang từ từ cất cánh. Vừa ra khỏi đường băng, tôi đã thấy biển Thái Bình Dương bên dưới. Máy bay đảo nhẹ, tăng dần độ cao, và quay đầu hướng về vùng Midwest. Tim tôi vẫn đập nhanh, nhưng đã dần chậm lại khi máy bay đạt đến độ cao êm ái. Sau gần 15 phút, máy bay đã đến độ cao 33.000 feet. Tôi ngả người về sau ghế, thở phào nhẹ nhõm. Vậy là MCAS vẫn bình thường.

Chợt nghĩ đến ba năm trước, nếu như hãng Boeing cẩn thận hơn, lắp hai cái cảm biến sensor AOA hai bên, tập huấn phi công về MCAS, cũng như thông báo cho FAA đầy đủ thì có lẽ đã không có chuyện 346 người bỏ mạng oan uổng.

Tôi nhắm mắt, cố ngủ trong chuyến bay nhưng vẫn không ngủ được, hay là tôi vẫn chưa quen 737 MAX?

Lái tàu đi lạc

Cách đây không lâu, tôi tự tặng mình chiếc du thuyền dài 44 foot và tự mình lái từ San Diego về Long Beach. Chuyến hải trình ban đầu dự định chỉ có sáu giờ đồng hồ trở thành gần hai ngày, trong đó nửa ngày trôi lênh đênh trên biển do máy tàu hư. Chuyến đi này, hóa ra, là một trong những kỷ niệm khó quên nhất trong đời tôi.

Sau vài tháng tìm kiếm mua tàu, học lái, và làm rất nhiều giấy tờ, cuối cùng tôi cũng có giấy tờ đăng kiểm từ Cục Tuần duyên Hoa Kỳ (US Coast Guard) cho phép tôi mang tàu ra biển. Sáng sớm thứ Bảy, San Diego trời mây nhẹ quang đãng, không khí se lạnh, tôi háo hức tạm biệt cảng Cabrillo, San Diego, hướng về Los Angeles.

Vừa ra khỏi bến, điểm đầu tiên tôi phải dừng chân là trạm xăng để tiếp nhiên liệu. Khác với trạm xăng xe dọc đường chỉ cần ghé vào, dừng xe vài phút rồi đi, đổ xăng ở trạm xăng dầu cho tàu có thể đến nửa tiếng hoặc lâu hơn vì bình xăng tàu thường vài trăm đến cả ngàn *gallon*. Thêm nữa, trạm xăng tôi sắp đến đặt ở bên ngoài bến du thuyền Cabrillo, cạnh dòng thủy triều và gần chỗ ra vào của một cảng khác nên có lẽ càng lâu hơn. Lúc bấy giờ trên cảng có hai tàu cao tốc loại nhỏ của tuần duyên Hoa Kỳ, một du thuyền cỡ vừa, và hai tàu ca nô nhỏ đang cập mạn đổ xăng. Tôi phải dừng tàu xa xa đợi mấy tàu này bơm xăng trước. Vấn đề là do dòng thủy triều nên tôi phải giữ cho tàu mình luôn ở giữa dòng, giữ khoảng cách an toàn với các tàu khác. Gió bắt đầu lên và sóng mạnh hơn khiến cho việc giữ tàu không dễ dàng. Tôi cho tàu chạy tới, chạy lui, có lúc quay vòng, để giữ vị trí và khoảng cách ổn định. Sau gần một tiếng đợi ba chiếc tàu kia bơm xong, tôi và hai chiếc tàu khác chuẩn bị cập vào.

Cái khó bây giờ là trên tàu chỉ có mình tôi. Phải có ai đó bên dưới tàu quăng dây và cột vào bến xăng. Trong lúc chờ đợi đến lượt mình, tôi gọi Ryan, là chuyên viên bán tàu cho tôi, chạy ra trạm xăng để phụ một tay. Ryan nói sẽ đến đó trong vòng hai mươi phút nữa.

Cập mạn tàu vào trạm xăng giống như đỗ xe song song nhưng khó hơn nhiều vì tàu không có thắng. Ở tốc độ chậm, bánh lái gần như không có tác dụng, lái tàu lúc này chủ yếu dựa vào sự kết hợp của hai máy tàu, dùng lực đẩy/kéo ngược chiều của hai chân vịt để xoay chiều tàu.

Tôi vất vả cập mạn sau gần một tiếng đồng hồ chạy tới chạy lui vật lộn với dòng nước và đợi Ryan tới. Vừa cập mạn, Ryan nhảy lên tàu lấy dây cột vào trạm xăng. Tàu của tôi có dung tích bình là 350 *gallon* (khoảng 1.325 lít xăng), giá 6-7 đô mỗi *gallon* tại cảng. Tôi bơm đầy bình xăng, nhìn hóa đơn tính tiền mà méo cả mặt. Như vậy là mất gần hai giờ đồng hồ từ sáng sớm chỉ để đổ xăng.

Tạm biệt Ryan, tạm biệt trạm xăng, tôi tiếp tục chạy ra biển.

*

Vịnh San Diego là một vịnh lớn, có quân cảng của hải quân Hoa Kỳ nên tàu quân sự ra vào thường xuyên. Sáng nay, có một tàu ngầm cũng ra biển một lượt với tôi. Ở tầm nhìn xa, tôi có thể thấy hai tàu ủi từ từ rút ra để tàu ngầm bắt đầu hướng ra biển. Các sĩ quan cũng có mặt trên boong tàu. Xung quanh tàu ngầm là hai tàu ca nô chạy vòng quanh bảo vệ và cảnh báo. Luật hàng hải Hoa Kỳ cấm các tàu khác lại gần tàu hải quân nếu không có sự cho phép.

Tôi và mấy tàu khác từ từ chạy theo chiếc tàu ngầm, dần ra khỏi vịnh. Vừa ra khỏi phao số 0 một chút, là phao đánh mốc vào luồng của vịnh San Diego, tôi hăm hở tăng ga, quẹo phải đi ngược lên hướng Bắc, trong khi chiếc tàu ngầm chạy thẳng ra Thái Bình Dương.

Vì quẹo phải quá sớm thay vì chạy thẳng ra xa hơn rồi mới quẹo khiến tôi phải trả giá đắt: Tôi bị lạc vào rừng tảo bẹ ngoài vùng vịnh San Diego. Rừng tảo biển này chạy dài hàng hải lý, là khu dự trữ sinh quyển của hàng trăm loài cá và sinh vật biển. Chỉ có các tàu cá và tàu kéo loại mạnh mới dám vào khu rừng này vì tảo biển là những bụi to như cây trên bờ, mọc dày đặc từ đáy biển lên mặt nước kéo dài hàng trăm feet.

Tôi có đọc tài liệu và đã cố tránh cánh rừng này. Nhưng khi ra biển, bằng mắt thường và ống nhòm, tôi không nhìn thấy được rừng tảo cho đến khi đi vào bên trong.

Tôi vội quay tàu ra ngoài xa, hướng ra Thái Bình Dương như chiếc tàu ngầm để tránh đi sâu thêm vào rừng tảo. Đang quay đầu, bỗng có tiếng kêu báo động chói tai báo độ nóng vượt mức trên 200 độ F từ máy số hai. Tôi lập tức hạ ga máy số hai lẫn máy số một, giảm tốc độ trong khi cố thoát ra ngoài rừng tảo. Máy số hai chạy được thêm một đoạn thì độ nóng lên đến 220 độ F và tắt hẳn. Lúc này, tôi vẫn chưa hiểu vì sao máy hai bị tắt.

Tàu lúc này chỉ còn một máy. Tuy là dòng máy V8, dung tích 8,1L, 380 mã lực (hai máy tổng cộng 760 mã lực), nhưng khi kẹt trong đám rừng tảo, chiếc tàu di chuyển chậm như một con ốc sên.

Chạy thêm một chút thì nhiệt độ bên máy một tăng lên gần 200 độ F, tiếng báo động chói tai lại vang lên. Lần này tôi chủ động tắt máy. Nhìn đám rong dày phía sau, tôi đoán là cả hai chân vịt tàu bị kẹt. Tôi trả về số 0, thử đề máy số một lẫn máy số hai nhưng không hiệu quả. Cả hai đều chết máy. Lúc này sóng điện thoại yếu dần vì tôi đang dần xa bờ. Tôi chợt nhớ là tàu cần phải có điện khi ngưng chạy máy để còn có thể liên lạc với đất liền nhờ cứu hộ. Tôi bật máy phát điện trên tàu thì hỡi ôi, máy không chạy được. Tôi còn nhớ rõ lúc ở cầu cảng, tôi bật thì máy phát điện vẫn chạy bình thường.

Thế là bây giờ cả ba máy trên tàu, hai máy chính và một máy phát điện, đều hư. Chiếc tàu chỉ có mình tôi đang trôi tự do, lênh đênh như một chấm nhỏ xíu trên biển Thái Bình Dương.

Tôi hít một hơi thật sâu, nhấp một ngụm cà phê, nhìn bầu trời mây xám xịt, xung quanh là mênh mông biển, rồi bắt đầu phân tích tìm ra vấn đề.

Hai máy tàu còn khá mới, mới chạy gần 400 giờ, tuần trước vừa thay nhớt, thay dầu hộp số, và bảo trì gần đây. Giờ thì bấm nút đề cả hai máy đều không nổ mặc dù nhiệt độ máy bắt đầu giảm. Tôi đứng lên nhìn xa xa thêm lần nữa, không thấy tàu nào, vậy là có thể xác định tàu của tôi ổn định, không bị va đập. Tôi mới lò mò xuống phòng máy xem xét.

Tôi bật đèn pin soi kỹ ở bên ngoài cả hai máy, và cẩn thận kiểm tra các van để xem có dấu hiệu bị chảy nóng hay xì không. Hệ thống dây *curoa* vẫn tốt, mực nước tản nhiệt *coolant* ổn định, ống bơm nước biển không bị vỡ, không có dấu hiệu nóng nổ hay chập mạch điện.

Sau đó, tôi kiểm tra bình điện thì cả năm bình *acquy* điện thế vẫn tốt. Lần mò các van an toàn cho xăng vẫn ổn định. Nhìn chung hai máy bề ngoài đều nhìn ổn nhưng chưa biết bên trong có gì. Tôi đoán là rong tảo đã cuốn vào chân vịt khiến máy không quay được trục chân vịt, làm máy quá nóng, dẫn đến tự tắt.

Giờ chuyển qua máy điện. Máy điện dùng bình riêng nhưng dùng chung nguồn xăng với máy một. Tôi kiểm tra vòng ngoài máy điện, kiểm tra bình, mọi thứ vẫn ổn nhưng hình như van chuyển xăng không vuông góc lắm. Tôi thử bật van chuyển xăng lấy nguồn từ máy hai. Lần này, tôi thử đề máy phát điện trực tiếp từ công tắc bên dưới hầm máy chứ không phải từ hộp điều khiển trung tâm. Chiếc máy điện rung lên, khịt khịt vài giây rồi lên ga chạy ngon lành. Vậy là máy điện chạy được. Tôi lập tức chuyển điện vào hệ thống và chạy sạc điện thoại. Tôi gọi điện hỏi Frank, kỹ thuật viên máy tàu, và Frank xác nhận nhiều khả năng máy không chạy là do quá nóng.

Tôi ngồi nghỉ một lát, thấy nhẹ nhõm hơn một chút vì giờ tàu đã có điện. Đợi thêm một chút, tôi thử đề lần nữa nhưng cả hai máy đều không nổ. Vậy là tôi đã lênh đênh một mình trên biển hơn một giờ đồng hồ.

Thử đề máy tàu lần nữa không được và nhìn đám rong phía sau, tôi quyết định gọi cứu hộ.

Có hai cách gọi cứu hộ khi tàu bị hư máy là gọi bảo hiểm (như dạng bảo hiểm xe chết máy dọc đường) và gọi cứu hộ tuần duyên của cảng biển gần đó. Gọi tuần duyên cứu hộ thường gọi qua kênh VHF vô tuyến 16 và họ sẽ chuyển qua kênh VHF của bộ phận trực cứu hộ vùng biển tôi đang ở đó. Lưu ý kênh 16 là kênh cứu hộ khẩn cấp quốc gia (như 911 trên bờ) nên chỉ dùng trong trường hợp khẩn cấp.

Giờ có điện sạc pin điện thoại, tôi quyết định gọi bảo hiểm tàu cứu hộ trực tiếp từ Apps BoatUS, ở đó có sẵn tọa độ. Ở đầu dây bên kia, một giọng nữ trung niên hỏi tôi câu đầu tiên là hiện giờ tôi có an toàn không và bao nhiêu người trên tàu. Bà hơi ngạc nhiên vì chỉ có một mình tôi.

Tôi xác định lại tọa độ và chia sẻ lịch trình dự kiến. Bà nói tôi đợi tí vì cần điền thông tin và kết nối vị trí tàu của tôi và trạm cứu hộ gần nhất. Thế là bà chuyển tôi sang chế độ chờ máy, một bản nhạc giao hưởng nhẹ nhàng phát ra trong lúc chờ nối máy với thuyền trưởng cứu hộ. Bản nhạc là bài hòa tấu quen thuộc tôi hay mở khi làm tiểu phẫu để giúp tôi và bệnh nhân thư giãn. Nhưng sao hôm nay tôi có cảm giác bản nhạc này như dài vô tận. Cuối cùng, bên kia bắt máy báo đã liên lạc với thuyền trưởng cứu hộ. Họ sẽ đến trong khoảng hai giờ.

Trời vào trưa, sóng bắt đầu đánh dập dềnh, khu rừng tảo bắt đầu dập dờn bên dưới. Tôi nhìn vào tọa độ trên tàu và phát hiện tàu đang bị thổi trôi vào gần bờ, nơi có đá ngầm và vách núi.

Tôi tự hỏi mình có nên thả neo không?

Độ sâu biển lúc này khoảng 100 feet (khoảng 30 mét), đây là chiều sâu có thể thả neo giữ tàu. Vấn đề là bên dưới không chỉ có nước, mà là cả khu rừng tảo dày đặc. Thả neo xuống không cẩn thận có thể sẽ phải cắt dây neo vì vướng tảo không kéo lên được.

Tôi ra ngoài quan sát rừng tảo lần nữa và quyết định không thả neo. Tôi cũng liên lạc với thuyền trưởng cứu hộ hỏi có nên thả neo không thì ông cũng đồng ý là không nên. Vậy là tôi để tàu trôi tự do về phía Nam.

Tôi ước tính với tốc độ trôi thế này và khoảng hai tới ba giờ nữa thì tàu cứu hộ mới đến, tôi có thể sẽ va vào đá ngầm. Tôi bật thiết bị quét thủy âm và quan sát bên dưới tàu thử xem có đáy cạn nào gần không. Và cứ thế, tôi bật máy điện, nhìn tọa độ tàu trong lúc thả trôi và dò tìm đáy ngầm. Có những lúc mặt biển tĩnh lặng, tôi ra phía sau tàu ngồi ngắm đại dương bao la.

Hơn hai giờ sau, có một bóng đỏ xuất hiện cuối chân trời. Cái bóng ngày càng lớn, đó là chiếc tàu cứu hộ. Tôi vui mừng quá đỗi. Chiếc tàu nhỏ nhưng máy cực mạnh kéo tàu tôi từ từ ra khỏi đám rong. Lúc này, tôi thử đề máy tàu lần nữa thì may quá, máy một chạy lại. Máy hai ậm ừ vài cái vẫn không chịu chạy. Tôi bật chế độ đề máy khẩn cấp lấy pin từ máy một, và may mắn thay, máy hai chạy được.

Thợ lặn từ tàu kéo giúp tôi cắt bớt rong tảo ở chân vịt. Lúc này, tôi mới tạm biệt hai anh chàng cứu hộ tốt bụng, lên ga chạy về Long Beach.

Do máy một bị hư, vẫn còn nóng trên 180 độ F khi lên ga trên 3000 RPM nên tôi chỉ chạy 50% công suất. Chiếc tàu ì ạch bò lên phía Bắc. Đến chiều tối, tôi mới đến cảng biển Oceanside. Ban đầu, tôi không vào được trong cảng vì không có chỗ đậu cho tàu 44 foot, nhưng may mắn là có chỗ trống phút cuối. Thế là tôi vào nghỉ tạm qua đêm ở cảng Oceanside, sáng hôm sau khởi hành về lại Long Beach, kết thúc một ngày lênh đênh trên biển do tàu chết máy.

Honda 67

Hôm nọ ngồi lên chiếc Ducati 803 phân khối, nhìn bình xăng to tướng, tôi tự hỏi có thằng bé nào có thể ngồi lên chỗ này, và có gia đình nào có thể đèo cả nhà trên chiếc xe gắn máy như nhà tôi lúc xưa.

Ngày ấy, ngồi phía trước bình xăng là thằng em tôi, rồi đến tôi, đến ba tôi, chị tôi, và sau cùng là má tôi. Chiếc Honda 67 năm mươi phân khối đang lên ga chở cả nhà tôi từ Cái Dầy về Bạc Liêu ăn Tết. Ngồi trên bình xăng xe, tôi háo hức nhìn về con đường xa tắp phía trước trong lúc vừa ngoẹo đầu qua một bên để né thằng em phía trước vừa tránh che khuất tầm nhìn của ba. Xe càng chạy nhanh, cả người tôi cũng rung bần bật theo tiếng máy trong lúc đôi chân bên dưới quờ quạng không biết gác vào đâu. Tôi không dám gác lên máy xe đang nóng vì sợ làm hư đôi dép mới.

Mỗi khi xe gặp ổ gà, cả người tôi như bị nhấc bổng lên, sau đó rơi bịch xuống cái bình xăng bóng loáng, gần như kẹt cứng giữa ba tôi và bình xăng. Thế là ba tôi bèn nhẹ nhàng ưỡn người đẩy hai anh em tôi về lại vị trí bình xăng rồi chạy tiếp. Tôi đoán má tôi ngồi phía sau chắc phải vịn chặt dữ lắm vì yên xe Honda rất ngắn.

Xe vừa đến thị xã, con đường trung tâm đã nở rộ những khóm vạn thọ vàng óng, sáng rực trong buổi sớm mùa xuân. Xác pháo đỏ nằm rải rác hai bên đường, mùi khói pháo vẫn còn vương đâu đây, hòa quyện vào mùi đất năm mới. Ba tôi tiếp tục lái xe chạy về hướng Cầu Quay, rồi lên ga lấy trớn để chạy lên dốc. Chiếc xe kêu hự hự vài tiếng rồi rú lên, ráng lê lết lên con dốc cao chở cả năm người nhà tôi qua cầu.

Sở dĩ tôi thích chiếc Honda 67 là vì có cái bình xăng bự, là chỗ ngồi yêu thích của tôi, mặc dù ghế ngồi này không êm tí nào. Tôi cũng thích luôn bảng số xe: 69 FH-4833. Ba tôi giải thích 69 là bảng số của tỉnh Minh Hải (sau này tách ra hai tỉnh, Cà Mau số 69 và Bạc Liêu số 94).

Khi tôi lớn thêm một chút thì cả nhà không còn ngồi khít trên chiếc Honda nữa. Tôi thay ba làm tài xế chở má đi chợ Tết, vẫn trên chiếc Honda 67 ngày nào.

Sau nhiều năm ở Mỹ không chạy xe máy, tôi tìm mua chiếc xe có bình xăng bự như hồi xưa. Dường như khi lớn lên, người ta hay tìm về những cảm giác yên bình của quá khứ. Tôi nhận ra xe máy bên Mỹ bình xăng còn to gấp nhiều lần so với chiếc Honda 67 nhà tôi. Đội nón bảo hiểm vào, đề máy xe, bóp côn, rồi đạp số 1. Chiếc xe giật nhẹ vài cái y như lúc ba tôi đạp số 1 chiếc Honda 67 hồi trước. Tôi rồ ga, chiếc

Ducati có bình xăng to bự nhẹ nhàng lướt đi trong buổi sáng mùa xuân California, khiến tôi nhớ lại cảm giác năm người đèo nhau về Bạc Liêu ăn Tết năm nào.

Thay Bugi

Hồi nhỏ, mỗi lần nghe ba tôi nói thay bugi dọc đường là tôi rất chán.

Hồi ấy, ba hay chạy chiếc Honda 67 chở gia đình năm người từ Cái Dầy lên Bạc Liêu. Từ con đường quốc lộ phía trước vào được bên trong nhà phải đi qua một đoạn đường xuống dốc sát chân cầu. Con đường mùa mưa sình lầy khiến cả nhà tôi phải nhảy xuống đẩy xe. Cũng vì con đường này mà xe ba tôi ngập nước thường xuyên, nên phải thay hay chùi bugi.

- Bugi là gì hả ba?

Tôi ngồi kế bên, thắc mắc khi ba tôi chống xe, loay hoay mở cái cốp bên hông hình chữ nhật hơi xéo bên dưới sườn xe. Buổi sáng, cả nhà chuẩn bị đi xuống chợ thị xã, mà vừa chạy xe Honda qua con đường lầy lội thì máy đã tắt.

- Bugi là cái làm máy xe chạy, phải có bugi thì xe mới chạy.

- Mình thay bugi là máy chạy hả ba? – Tôi hỏi tiếp.

- Ừa.

Ba tôi trả lời cho qua vì nãy giờ đạp máy đổ mồ hôi ròng lưng mà xe vẫn chưa chạy. Sau đó, ông nhanh chóng lấy bọc đồ nghề ra, loay hoay tháo bugi xem xét. Ba tôi lấy vải bọc lại, chùi kỹ đầu bugi, rồi lắc lắc vài cái xem còn nước không mới lấy cái bugi khác, nhìn có vẻ mới hơn, thay vào chiếc cũ.

- Xe mình nhiều bugi không ba?

Tôi thắc mắc vì nhìn xung quanh máy không thấy cái nào giống cái bugi này.

- Một cái bugi là đủ mệt rồi con.

Ba tôi vừa càu nhàu vừa vặn bugi vào.

*

Hôm nay, tôi thay bugi cho tàu theo lịch trình bảo dưỡng, thường là máy tàu chạy trên 200 giờ. Hai máy tàu phải thay tổng cộng 16 cái bugi. Bảo trì tàu phức tạp hơn bảo trì xe vì điều kiện sóng với gió biển mau làm mòn máy móc, chưa kể máy tàu chạy rất nóng, được làm lạnh bằng công nghệ khác máy xe.

Hai hệ thống điện tử kết hợp 12V và 110V khiến bảo trì điện tử trên tàu thêm phức tạp. Với hai máy tàu trong không gian chật hẹp, thay từng con bugi như đi bắt ốc, phải làm từng con một. Những chiếc bugi bên ngoài thay thì dễ, nhưng để thay những chiếc bên trong hốc máy là cả một nghệ thuật.

Và nghệ thuật ấy được thực hiện bởi "thuyền phó" của tôi là Andrew. Dây nối bugi của tàu làm từ loại dây đặc biệt nên dùng tay thì khó vặn, dùng kềm thì sợ đứt hay tổn thương dây điện (như tổn thương dây thần kinh trong gai cột sống lưng). Anh chàng Andrew này tập thể dục đầy đủ nên vừa đủ sức xoay vặn mình, len lỏi vào bên trong thay bugi bằng cảm giác. Khi ấy, chỉ có bàn tay mò mẫm tìm dây nối, tìm đầu bugi, và từ từ tháo ra thay vào.

Thay bugi xong, chúng tôi cẩn thận kiểm tra điện, chạy máy xem từng bugi chạy có tốt không.

Tôi ngồi bên chăm chú quan sát Andrew tháo bugi mà nhớ lại ba tôi ngày xưa. Nếu có ông ở đây không biết ba có tháo bọc đồ nghề ra giúp tôi xoay xoay vặn vặn, còn tôi sẽ nhỏ lại như thằng bé thuở ấy nghiêng đầu hỏi "Bugi là gì hở ba?".

Chiếu trên, chiếu dưới và chiếu đời

Hôm qua, tôi buồn bã nhìn Kane đá phạt đền vọt xà ngang trong trận Anh-Pháp, bỏ đi cơ hội quan trọng nhất để Anh cân bằng tỉ số với Pháp ở phút thứ 84. Cuối cùng, Anh đã không làm được như Croatia hay Morocco, là những đội chiếu dưới thắng đội chiếu trên Brazil hay Bồ Đào Nha.

Hồi chơi đá banh, vào giờ nghỉ, tôi thường ngồi nghe mấy anh bàn chuyện đội nào "chiếu trên", đội nào "chiếu dưới". Đội chiếu trên là những đội mạnh hơn, có khả năng thắng nhiều hơn, thường có cầu thủ hay hơn và huấn luyện viên giỏi hơn. Đội chiếu dưới là đội thường được đánh giá yếu hơn, và tỉ lệ thua cuộc sẽ cao hơn.

World Cup năm nay (2022) chứng kiến sự trỗi dậy của nhiều đội "chiếu dưới". Từ trận thắng của Nhật quật ngã Tây Ban Nha 2-1, đến Hàn Quốc thắng Bồ Đào Nha 2-1, và gần đây nhất là Croatia hoà Brazil nghẹt thở 1-1 ở hiệp phụ và loại Brazil ở loạt đá luân lưu.

Lúc trọng tài thổi còi kết thúc trận Morocco và Bồ Đào Nha, nhiều người đã khóc vì không ngờ một đội yếu hơn như Morocco, một nước Bắc Phi có dân số 37 triệu người, có thể làm nên kỳ tích lịch sử. Nhưng sâu xa hơn, có lẽ họ vui vì có những thứ tưởng chừng như đã an bài vẫn có thể thay đổi được. Nói cách khác, yếu hơn không có nghĩa là không thể thắng, như một ẩn ý quan trọng trong bóng đá.

Tuy nhiên, kết quả của các đội "chiếu trên chiếu dưới" ít nhất vẫn có thể lường trước được, còn kết quả khó đoán nhất là trận đấu của cuộc đời.

Đơn giản vì chúng ta không bao giờ biết được mình sẽ "đấu" với ai. Chúng ta không biết chúng ta đang thuộc về "chiếu trên" hay "chiếu dưới".

Một doanh nghiệp chưa biết khi nào sẽ có thêm công ty khác đưa ra một sản phẩm mới tốt hơn. Một bác sĩ chưa biết chẩn đoán nào mình sẽ gặp trong lần khám bệnh sắp tới. Một luật sư chưa biết thân chủ sắp tới của mình bị kiện vì chuyện gì.

Vì vậy, chọn mình ở vị trí "chiếu dưới" có khi sẽ tốt hơn trong trận đấu ngoài đời.

Khi một doanh nghiệp nghĩ mình ở vị trí yếu hơn, họ sẽ bớt chủ quan, chú ý tập trung vào sản phẩm hiện tại tốt hơn. Khi một bác sĩ nghĩ mình còn chưa biết nhiều, cần phải liên tục học hỏi và cải thiện kiến thức y khoa, thì khả năng chẩn đoán chính xác căn bệnh sắp tới sẽ tốt hơn. Khi một luật sư nghĩ mình thuộc "chiếu dưới", cần phân tích tìm thêm các góc nhìn và tranh luận khác, vẫn dựa trên các dữ liệu có sẵn, thì cơ hội bảo vệ thân chủ sắp tới sẽ tốt hơn.

Bóng đá, xét cho cùng, vẫn là một phần ẩn dụ thú vị của cuộc sống. Khi chúng ta xem mỗi trận, hồi hộp theo dõi kết quả, cũng là cách chúng ta thể hiện ngoài đời, đợi chờ những điều chưa biết của tương lai.

PHẦN 4

Tản mạn chuyện nghề Y

Đúng thời điểm

Ngày 14 tháng 10 năm 2024, tôi xúc động xem đi xem lại video SpaceX thu hồi tên lửa đẩy 122m Super Heavy trở về bệ phóng chính xác đến từng cm.

Chỉ vài năm trước, việc thu hồi một tên lửa đẩy cao hàng trăm mét, nặng hàng ngàn tấn về vị trí phóng là câu chuyện viển vông. Và bây giờ, Elon Musk và team SpaceX đã cho thấy những ý tưởng điên rồ nhất cũng có thể khả thi nếu có team giỏi và phương pháp thực hiện đúng. Vụ phóng thành công tên lửa xa tận bên Texas cho tôi thêm cảm hứng với ý tưởng khó khăn của mình ở California – tự phát triển hệ thống phòng khám chất lượng của riêng mình.

Những năm gần đây, nền y tế Mỹ bị chi phối mạnh mẽ bởi các công ty tài chính từ Wall Street.

Các công ty này có vốn lớn, hay còn gọi là PE (Private Equity), dùng đồng tiền của mình mua hết các bệnh viện và phòng khám tại Mỹ, sau đó tận thu bằng cách tăng chi phí khám bảo hiểm của bệnh nhân trong khi vắt kiệt sức lao động của các bác sĩ và nhân viên y tế. Mục tiêu cuối cùng của PE là lợi nhuận, không phải bệnh nhân.

Nhiều bác sĩ chưa hiểu về các công ty này, chỉ thấy các khoản hợp đồng béo bở, nhiều tiền, nên dễ dàng bán lại phòng khám cho PE. Cuối cùng bệnh nhân là người thường chịu thiệt nhất.

Dĩ nhiên các PE có nhiều lợi thế như nhiều tiền vốn, sẽ đầu tư mạnh vào kiểm soát chất lượng, và có hệ thống quản lý nhân sự tốt hơn trong khi *network* y tế của họ ngày càng lớn. Có công ty PE đã kiểm soát hơn 90.000 bác sĩ tại Mỹ.

Ý tưởng của tôi là phát triển hệ thống phòng khám chất lượng trong khi hiệu quả quản lý tương đương như các phòng khám của PE. Hệ thống y tế Mỹ có số tiền chi thuộc hàng cao nhất thế giới, mỗi năm dành trên 13.000 USD cho mỗi người, nhưng lại đứng thứ 37 về chất lượng. Đây là ý tưởng khó khăn vì hệ thống phòng khám nhỏ sẽ không đủ vốn, nhân lực, hay mạng lưới bảo hiểm hỗ trợ như các phòng khám hay bệnh viện do PE quản lý.

Nhưng cái chúng tôi có được là bệnh nhân và đồng nghiệp hỗ trợ.

Câu chuyện phóng tên lửa thành công của SpaceX đến đúng thời điểm, giúp cho tôi thêm động lực, tin rằng những ý tưởng khó khăn vẫn có thể thực hiện được nếu có được *team* tốt và bền chí. Tôi sẽ tiếp tục cùng đội ngũ triển khai ý tưởng của mình.

Mùa tốt nghiệp

Tháng Tư năm 2022, tôi mời má đi tham dự lễ tôi được "lên chức" Fellow (Induction Ceremony) của Hiệp hội Bác sĩ Hoa Kỳ (American College of Physicians, viết tắt ACP). Nghe vậy, má tôi ngạc nhiên hỏi:

- Bộ con tốt nghiệp nữa hả?

Má tôi hỏi vì đã đi dự quá nhiều lễ tốt nghiệp của tôi, từ tốt nghiệp Đại học Michigan, Đại học Grand Valley, cho đến Đại học Y khoa tại New York, rồi tốt nghiệp bác sĩ nội trú, tốt nghiệp nghiên cứu sinh ở USC (Đại học Nam California),... Tôi giải thích rằng lễ lên chức Fellow này không phải lễ tốt nghiệp, mà dành cho những bác sĩ được vinh danh trong hiệp hội vì những đóng góp cho chuyên khoa.

Năm nay lễ "lên chức" Fellow của ACP diễn ra ở San Diego, quy tụ nhiều Fellow từ những năm trước (không tổ chức do bị dịch Covid-19) nên có rất nhiều tân Fellow. Thống kê cho thấy tuổi đời của các tân Fellow của ACP từ 35 đến 87 tuổi. Tính ra lễ lên chức Fellow của ACP có thể xem là già. Đa số các Fellow đều đi dạy và giữ vị trí giáo sư, phó giáo sư hay phó trưởng khoa trong các bệnh viện.

Mỗi Fellow được đeo một dải băng màu xanh óng ánh đi tới đi lui nhìn vui vui y như các bạn vừa tốt nghiệp... *high school*.

Trong lúc ngồi cà phê tán gẫu, tôi chú ý đến một bác gái lớn tuổi tóc bạc phơ, khòm lưng ngồi xe lăn, trên vai đeo dải ruy băng màu xanh có chữ "New FACP". Tôi ấn tượng quá, đến chào hỏi:

- Xin chúc mừng... bác tân Fellow.

Bà lão quay lại mỉm cười, vẫy tôi lại gần thì thầm:

- Không phải tôi, con trai tôi mới là tân Fellow đó.

Lúc này thì cậu con trai của bà xuất hiện. Ông bác sĩ tân Fellow nhìn khá đứng tuổi, dáng người tầm thấp, trán cao lưa thưa tóc. Ông dẫn theo vợ, con trai, con dâu, và cả đứa cháu đang ẵm trên tay. Tôi liền hiểu, thì ra cả đại gia đình, từ mẹ cho đến cháu nội, đi chúc mừng chú tân Fellow này.

Tôi nhận ra, người mẹ nào cũng mong dự lễ tốt nghiệp của con mình. Dù con mình đã học bao nhiêu văn bằng đi chăng nữa, dù con mình có già bao nhiêu tuổi thì vẫn chỉ là đứa trẻ bé bỏng trong lòng mẹ.

Và hẳn người mẹ nào cũng ấm lòng khi thấy con mình ngày càng đi xa. Như lúc tôi thấy chú tân Fellow lúc đang bước khập khiễng lên bục khi nghe đọc tên thì ở phía dưới, có người mẹ mắt mờ, khòm lưng đang ngồi xe lăn hướng về sân khấu, nhìn theo bóng hình người con trai nhỏ bé năm nào.

Lúc bước ra hội trường, tôi ngoái tìm má tôi trong đám đông, thấy tôi bà liền vẫy chào. Tôi ước gì sẽ còn tiếp tục tốt nghiệp nữa để mai mốt vẫn có thể rủ má đi chung.

Mừng ngày bác sĩ Hoa Kỳ

Ngày 30 tháng Ba hằng năm là ngày Bác sĩ Hoa Kỳ. Ngày này được Quốc hội Hoa Kỳ công bố là ngày Lễ vinh danh những thiên thần áo trắng ngày đêm cống hiến cho cộng đồng và xã hội.

"Ngày bác sĩ" thường được tổ chức tại bệnh viện bằng các buổi tiệc ăn mừng lúc trưa hay những buổi tiệc rượu buổi tối. Tôi không nhớ lần cuối mình dự tiệc lễ bác sĩ là khi nào, chắc cách đây khoảng vài năm.

Hôm nay, tôi cũng được mời ghé qua một buổi tiệc trong bệnh viện nhưng có lẽ sẽ không đi được vì còn lịch khám bệnh.

Ca bệnh cuối cùng ở phòng khám là vào lúc 5h00 chiều, vừa khám xong thì một bác bệnh nhân gửi lời chúc mừng:

- Chúc mừng ngày bác sĩ!

- Dạ, nhưng sao bác biết ạ?

- Bác có theo dõi mấy bác sĩ Mỹ trên mạng xã hội nên biết, năm nay cháu nhớ đi ăn tiệc nhé!

Tôi thấy vui vui vì có người nhớ và chia sẻ về ngành nghề của mình. Tối đó sau khi khám bệnh ở bệnh viện, tôi ghé qua một nhà hàng ăn tiệc với mấy đồng nghiệp, thấy vui và ấm lòng vì lâu rồi mình không cười nói nhiều.

Nghề bác sĩ tại Mỹ, ngoài hào nhoáng bên ngoài, còn có những cực khổ và hy sinh bên trong mà chỉ bản thân, người thân và gia đình của bác sĩ mới hiểu rõ. Những cuộc gọi ban đêm, những ca trực căng thẳng, những lo lắng trầm cảm, và những vất vả khi học thêm để cập nhật kiến thức. Nghề bác sĩ cũng chịu áp lực cạnh tranh từ các nghề khác như điều dưỡng hay dược sĩ. Các ngành sức khỏe tại Hoa Kỳ bây giờ đều cấp bằng *Doctor* khi ra trường. Ai ai cũng thích được gọi là *"Doctor"* nhưng không phải ai cũng thích trách nhiệm của *"Doctor"*.

Mỗi năm, vào ngày này, tôi thường dành một vài phút sáng sớm để cảm ơn và tri ân những bệnh nhân của tôi. Ngày này hằng năm còn nhắc cho tôi nhớ mình may mắn thế nào khi được làm công việc mình yêu thích và hành nghề bác sĩ tại Hoa Kỳ.

Một bác sĩ giỏi có thể là một nhà quản trị tệ

Gần đây, tôi có vài người bạn phải đóng cửa phòng mạch, người thì mất chức quản lý trong bệnh viện, người thì bị kiện tụng mặc dù họ đều là bác sĩ chuyên khoa, có bằng chứng nhận, và được đào tạo chuyên môn rất bài bản.

Cách đây không lâu bên Việt Nam có một bác sĩ chuyên khoa tim là giám đốc bệnh viện có tiếng phải ra tòa vì vi phạm luật đấu thầu.

Điểm chung của tất cả những bác sĩ trên là họ có thể là những bác sĩ giỏi chuyên môn nhưng thiếu kỹ năng quản lý. Nghề bác sĩ và quản lý là hai nghề có thể mâu thuẫn với nhau. Nghề quản lý yêu cầu người lãnh đạo có góc nhìn vĩ mô, có kiến thức về quản lý hệ thống, quản lý nhân sự, kiến thức luật pháp, và tài chính quản trị. Trong khi nghề bác sĩ thường tập trung gói gọn vào chuyên khoa và chữa trị bệnh nhân. Ví dụ như chi phí chữa bệnh một bệnh nhân mắc bệnh miễn dịch có thể tương đương với chi phí chữa trị hàng trăm bệnh nhân có bệnh cao huyết áp. Người làm quản lý có thể sẽ ưu tiên chi phí đó để chữa hàng trăm bệnh nhân cao huyết áp trong khi một bác sĩ chuyên khoa sẽ tập trung chọn chi phí đó để chữa căn bệnh hiếm gặp của hệ miễn dịch.

Một ví dụ khác là người quản lý sẽ muốn một bệnh nhân nhập viện do suy tim được xuất viện sớm nhất ngay khi có thể trong khi bác sĩ nội khoa có thể chọn giữ bệnh nhân đó ở lại thêm một đêm để theo dõi kỹ hơn. Một ví dụ hay gặp bên Việt Nam là bác sĩ giám đốc bệnh viện muốn bệnh nhân được nhanh chóng có máy chụp CT/MRI nên bỏ qua các giai đoạn giấy tờ pháp lý để nhanh nhận được máy từ công ty. Ở góc độ quản trị, tất cả máy móc bệnh viện đều là tài sản và cần có giấy tờ hợp lý trước khi nhập vào. Điều quan trọng là cả bác sĩ và nhà quản lý đều cần phải hiểu góc nhìn của nhau để tìm ra điểm chung khi xử lý vấn đề.

Bác sĩ thường không được học quản lý trong trường Y hay nội trú chuyên khoa. Mới nhìn, ai cũng nghĩ bác sĩ sẽ dễ dàng làm quản lý ví người học y khoa thường thông minh và nắm bắt kiến thức nhanh, chưa kể làm bác sĩ thường làm vị trí *team leader (trưởng nhóm)*, dẫn dắt toàn *team* nhân viên y tế trong việc chữa trị.

Nghiên cứu từ Harvard chỉ ra bác sĩ hầu như không biết kiến thức quản trị hay biết rất ít kỹ năng quản trị, đơn giản vì họ không được học trong trường Y hay nội trú chuyên khoa. Nghiên cứu này cũng chỉ ra các bước để nâng cao kỹ năng quản lý của bác sĩ. Điều thú vị trong nghiên cứu này là khi bác sĩ càng tăng kỹ năng quản lý (ở cấp độ tổng Công ty, Giám đốc bệnh viện) thì kỹ năng lâm sàng chuyên khoa của bác sĩ có thể bị giảm đi.

Thực tế, bác sĩ có khi sẽ gặp thêm khó khăn khi học cách quản lý. Điểm khó đầu tiên là cái "tôi" của bác sĩ. Một bác sĩ giỏi chuyên môn đôi khi nghĩ rằng mình cũng sẽ làm quản lý giỏi, dẫn đến thái độ coi thường việc học quản lý. Cái khó nữa là quá tập trung vào một hay vài bệnh nhân, hoặc tập trung vào một chuyên khoa có thể dẫn đến thiếu sót tầm nhìn cho cả bệnh viện hay phòng khám. Học làm quản lý còn đòi hỏi biết nhiều giấy tờ hành chính, đi hội họp, và kỹ năng thuyết phục đám đông, điểm mà nhiều bác sĩ không thích.

Bệnh nhân chính là cầu nối giữa bác sĩ và người quản lý. Khi bệnh nhân được chăm sóc tốt hơn, cả bác sĩ và nhà quản lý đều cảm thấy vui mừng. Vì vậy, chữa trị và đảm bảo lợi ích của bệnh nhân thường được đặt lên hàng đầu trong các cuộc thảo luận trong quản lý bệnh viện. Ví dụ trong trường hợp chi phí chữa trị ở trên, bệnh viện có thể ưu tiên dùng tiền để chữa trị hàng trăm bệnh nhân mắc cao huyết áp trong khi tìm cách liên kết với hãng thuốc để có thuốc tài trợ cho bệnh nhân bị bệnh miễn dịch. Bằng cách này, cả nhà quản lý và bác sĩ chuyên môn đều cảm giác bệnh nhân được ưu tiên chữa trị.

Một bác sĩ giỏi có thể là nhà quản trị tốt nếu được đào tạo bài bản. Nhiều bệnh viện tại Mỹ đã thấy điểm thiếu sót trong đào tạo bác sĩ với kỹ năng quản lý. Các bệnh viện thường có các khóa học quản lý (eMBA) ngắn hạn để giúp các bác sĩ học thêm. Các chương trình Y khoa tại Mỹ cũng có chuyên ngành MD/MBA (bác sĩ/thạc sĩ quản trị kinh doanh) hay MD/JD (Bác sĩ/Luật Sư) để giúp các bác sĩ hiểu thêm kỹ năng quản lý hay kiến thức luật pháp.

Trước kia, mô hình làm việc ghép chung (Dyad Model) gồm một bác sĩ có chuyên môn được kèm theo một nhà quản trị kinh nghiệm nhưng thời gian chỉ ra mô hình này vừa tốn kém (do phải chi trả hai mức lương cao) lại khó bảo đảm tính nối kết giữa hai chuyên viên. Một mô hình thú vị khác từ các bệnh viện công ở Việt Nam là có một bác sĩ chuyên môn thường làm việc kèm theo một bác sĩ giỏi về quản lý nhà nước/chính trị (như bác sĩ trong ban cán sự đảng ủy tại bệnh viện). Đây cũng có thể xem như một kiểu mô hình Dyad trong quản lý bệnh viện tại Việt Nam.

Sau này, các bệnh viện và trường Y nhận ra kỹ năng quản lý là kỹ năng bác sĩ hoàn toàn có thể học được. Tôi còn nhớ thầy dạy trong lớp kinh doanh của tôi nói rằng: "Nếu các bạn học được Y khoa, các bạn sẽ học được tất cả". Vì vậy, mô hình Dyad ngày càng ít thấy tại các bệnh viện vì cho dù có chuyên gia quản lý kinh nghiệm bên cạnh một bác sĩ chuyên môn, một bệnh viện luôn phải có một CMO (Chief Medical

Officer) để quản lý nhân sự y khoa. Vì vậy, các bệnh viện tại Mỹ ngày nay chú trọng vào đào tạo chuyên gia quản lý từ các bác sĩ trưởng khoa hay các bác sĩ quan tâm đến ngành quản lý để đưa họ lên làm CEO/President.

Thực tế, các CEO/President của các bệnh viện lớn tại Hoa Kỳ đều là bác sĩ, như bác sĩ Anne Klibanski (Bệnh viện Mass General Hospital, trường Y khoa Harvard), bác sĩ Gianrico Farrugia (Hệ thống bệnh viện Mayo Clinic), bác sĩ John Mazzotta (Hệ thống bệnh viện UCLA) hay bác sĩ Katrina Armstrong (Bệnh viện đại học Columbia, New York)

Tóm lại, nghề bác sĩ và quản lý có thể hài hòa chung với nhau nếu biết cách đặt lợi ích của bệnh nhân lên trên và tìm giải pháp từ hệ thống. Một bác sĩ giỏi có thể là một nhà quản lý tốt nếu bác sĩ đó chịu học hỏi tìm tòi.

Mũi tiêm của hy vọng

Vào ngày 17/12/2020, tôi là một trong những bác sĩ đầu tiên được chích Covid-19 vắc-xin Pfizer/BioNTech tại bệnh viện Methodist ở California.

Một cảm giác khó tả pha lẫn xúc động khi tôi nhìn anh chàng y tá tiêm những giọt dịch trong suốt chầm chậm vào bắp thịt mình. Đó là thành quả nghiên cứu khoa học của hàng ngàn bác sĩ, chuyên viên làm việc miệt mài không quản ngày đêm suốt mười tháng để cho ra đời loại vắc-xin chống lại đại dịch Covid-19. Đó là một kỷ lục trong Y khoa, một bằng chứng cho thấy những kỹ thuật mới (mRNA vaccine) tưởng chừng chỉ là ý tưởng giờ đã thành hiện thực.

Tôi nghĩ đến những bệnh nhân Covid-19 của mình, nhớ đến những đồng nghiệp đang vất vả chống chọi căn bệnh, và nhớ cả những cuộc gọi lúc nửa đêm, có khi chỉ để lắng nghe bác trai vừa khóc, vừa liên tục kể về bác gái vừa mất do Covid-19.

Tôi thấy hy vọng trong những ngày tới, bệnh nhân, nhân viên y tế, và tất cả mọi người sẽ được chích vắc-xin.

Và như vậy, chúng ta sẽ có miễn dịch cộng đồng chống Sars-Cov-2 và hoàn toàn chấm dứt đại dịch này.

Tôi sẽ ngửi lại mùi bún bò huế ở tiệm Nha Trang gần phòng khám, sẽ chạy ngang tiệm cơm tấm sườn bì Kiều mà không phải phân vân không biết có nên vào ăn hay không, sẽ đến tiệm cắt tóc quen thuộc góc đường Valley, sẽ đi cổ vũ đội bóng rổ Laker, sẽ thấy chương trình Paris By Night ra số 201 có quay hình trực tiếp, và tôi sẽ tiếp tục đi lang thang đây đó.

Vì chúng ta đã có mũi tiêm hy vọng.

Trả lại danh xưng "bác sĩ"

Gần đây tôi tham gia nhiều hội nghị Y khoa (online) ở Việt Nam. Điều khiến tôi ngạc nhiên là nhiều đồng nghiệp có bằng Bác sĩ và Tiến sĩ (MD/PhD) nhưng trong danh xưng họ chỉ để là Tiến sĩ. Điều này có thể mang ý là bằng Bác sĩ "thấp" hơn nên họ chỉ để văn bằng cao nhất của họ trên danh xưng? Một số hội nghị khác thì chỉ để báo cáo viên là Thạc sĩ hay Tiến sĩ mà không để là Bác sĩ, mặc định là ai đã có danh xưng Tiến sĩ hay Thạc sĩ thì đã là Bác sĩ.

Ở góc độ hàn lâm, hai ngành này khác nhau hoàn toàn. Bác sĩ trong ngành Y khoa, là danh xưng hành nghề để chữa bệnh. Thường Giáo sư giảng dạy trường Y tại Hoa Kỳ (nhất là phần thực hành lâm sàng) phải là Bác sĩ có bằng hành nghề. Trong khi đó, Tiến sĩ thuộc ngành Nghiên cứu và Giảng dạy (có thể nghiên cứu Y khoa). Tiến sĩ có thể dạy ở trường Y, nhưng thường chỉ dạy các môn khoa học cơ bản, và Tiến Sĩ thì không thể dạy lâm sàng. Cả hai bằng Bác sĩ và Tiến sĩ đều phải học rất lâu và trải qua nhiều kỳ thi kiểm định.

Ở góc độ luật pháp, người khám chữa bệnh không có bằng hành nghề bác sĩ, mặc dù có bằng Tiến sĩ, có thể phải ngồi tù, bị phạt đến 105 triệu USD như trường hợp của Tiến sĩ Robert Young tại San Diego năm 2017.

Bác sĩ có thể đi giảng dạy, nghiên cứu như Tiến sĩ nhưng Tiến sĩ không thể khám chữa bệnh như Bác sĩ.

Ở góc độ kinh tế, học bác sĩ tốn kém hơn rất nhiều so với học Tiến sĩ. Tại Mỹ, sinh viên nợ khoảng 350.000 USD để có bằng Bác sĩ, trong khi học Tiến sĩ tại Mỹ thường là miễn phí do được cấp học bổng. Lương bác sĩ giảng dạy, theo thống kê tại Hiệp hội Trường Y Hoa Kỳ, cao gấp hai đến ba lần so với lương Tiến sĩ giảng dạy tại trường Y. Cơ hội việc làm với Bác sĩ tại Mỹ là bảo đảm, trong khi học Tiến sĩ ra khả năng kiếm việc không cao (trên 50% Tiến sĩ tại Mỹ ra trường thất nghiệp).

Đa số giảng viên trường Y tại Hoa Kỳ là Bác sĩ, chỉ một số ít có cả hai bằng Bác sĩ/Tiến sĩ hay chỉ có bằng Tiến sĩ. Điều đó cho thấy hai danh xưng này khác nhau. Đa số các hiệu trưởng trường Y hay trưởng khoa tại Hoa Kỳ chỉ có bằng Bác sĩ.

Tại Việt Nam, cách đào tạo Tiến sĩ nghiên cứu Y khoa hiện nay là ứng viên thường phải có bằng Bác sĩ rồi mới học lên Thạc sĩ (Bác sĩ Nội trú hay Bác sĩ Chuyên khoa 1) và sau đó lên Tiến sĩ (hoặc Bác sĩ Chuyên khoa 2). Vì vậy, mọi người trong ngành Y Việt Nam thường hiểu rằng ai đã có bằng Thạc sĩ hay Tiến sĩ thì đã có bằng Bác sĩ.

Nhìn chung, học Bác sĩ tại Việt Nam có thể xem là ngắn so với thế giới. Học 6 năm đại học đã có danh xưng Bác sĩ, thêm 18 tháng có thể có bằng hành nghề, tổng cộng khoảng gần 8 năm. Nếu học hệ Bác sĩ nội trú hay Chuyên khoa 1/ Chuyên khoa 2 thì tổng cộng mất khoảng 10 năm để trở thành bác sĩ chuyên khoa, so với nước ngoài là khoảng 13-15 năm.

Trong khi đó, học Bác sĩ tại nhiều nơi trên thế giới khác hẳn với học Tiến sĩ. Thường ứng viên phải tốt nghiệp đại học, vào học trường Y, sau đó làm nội trú chuyên khoa hay nghiên cứu sinh nhiều năm trước khi trở thành bác sĩ thực thụ. Tại Mỹ, học Bác sĩ thường lâu (11-15 năm) hơn, so với học Tiến sĩ (8-10 năm).

Điều quan trọng là quý vị nào có cả hai văn bằng Bác sĩ và Tiến sĩ mà chỉ dùng danh xưng Tiến sĩ có thể gây hiểu lầm là không có bằng hành nghề chữa bệnh. Khi quý vị ra nước ngoài hay tham dự hội nghị, trong khi quý vị là Bác sĩ, Tiến sĩ (BS. TS) (MD/PhD) hoặc Bác sĩ, Thạc sĩ (BS.ThS)(MD/MSc) mà chỉ để là Tiến sĩ (PhD) hoặc Thạc sĩ (MSc) sẽ khiến nhiều người hiểu lầm là quý vị chỉ làm nghiên cứu giảng dạy, không có kinh nghiệm lâm sàng và không có bằng hành nghề chữa bệnh.

Nguy hiểm hơn, nhiều vị là hiệu trưởng hay phó hiệu trưởng, trưởng khoa ở trường Y tại Việt Nam nếu chỉ để trên danh xưng là Tiến sĩ mà không để đầy đủ Tiến sĩ, Bác sĩ (TS. BS) thì khi các vị này ký vào giấy tờ và dịch giấy tờ của sinh viên Y khoa ra nước ngoài, có thể gây hiểu lầm quý vị không phải là bác sĩ mà đi dạy Y khoa.

"Nghề" được kính trọng nhất

Có một nhóm bạn ngồi cà phê, tranh luận xem nghề nào nên có mức lương cao nhất và nên được xã hội kính trọng nhất.

Có bạn cho rằng phải là nghề bác sĩ vì nghề này chăm sóc, cứu mạng bệnh nhân và học lâu nhất. Có bạn cho rằng là luật sư vì đây là người hiểu rõ pháp luật mang lại công lý cho người dân, hay có người cho rằng là thầy giáo vì đây là nghề dạy dỗ học trò. Có bạn lại nói doanh nhân vì là người tạo ra của cải xã hội nên có mức lương cao nhất và được kính trọng nhất.

Nhưng có một "nghề" tôi nghĩ nên trả lương cao nhất và được xã hội quý trọng nhất. Đó là "nghề" làm mẹ.

Từ lúc sinh con ra, người mẹ là người bác sĩ vĩ đại nhất, luôn chăm sóc dỗ dành, nâng niu sức khỏe của con trẻ. Lúc con còn bé, mẹ mang nặng đẻ đau, thức khuya dậy sớm, chắt chiu từng giọt sữa cho con ngậm bú. Lớn lên, người mẹ luôn là luật sư bảo vệ, mang lại công bằng cho con cái, là thầy giáo dạy dỗ cho con từ những điều nhỏ nhất, và đồng thời cũng là người còng lưng đi làm kiếm cơm như doanh nhân, gom góp từng đồng nuôi con khôn lớn thành tài.

Nếu không có những người mẹ vĩ đại, sẽ không bao giờ có những đứa con thành công.

Vào ngày Lễ của Mẹ, tôi xin chúc sức khỏe đến tất cả những người má, mẹ, mạ, u, bầm, bu và các cô gái sắp làm mẹ vì làm mẹ là "nghề" cao quý nhất, dĩ nhiên nên có mức lương cao nhất và xứng đáng được xã hội trân trọng nhất.

Khi bác sĩ là bệnh nhân

Mấy tuần nay, tối nào tôi cũng căng mắt thức khuya để hoàn thành cuốn sách y khoa "General Medicine for Advanced Pharmacist Practitioner" dày hơn 700 trang. Lúc bản thảo cuốn sách vừa xong thì mắt trái của tôi bị sưng vù.

Mới đầu, tôi nghĩ chỉ là dị ứng nên dùng thuốc nhỏ mắt. Nhưng vùng viêm sưng dưới mắt ngày càng to dần, bắt đầu chỉ là nổi đỏ quầng mắt nhưng cuối cùng thì sưng vù như một hạt đậu, gây khó chịu, và đau nhức.

Như những bác sĩ khác khi một ngày bỗng dưng trở thành bệnh nhân, tôi tự chẩn đoán bệnh của mình là nổi mụt lẹo (Chalazion) dưới mắt. Bệnh này xảy ra khi dịch từ nước nhờn trong mắt bị ứ lại, tương tự như chúng ta bị mụn. Cách điều trị thường là dùng khăn ấm ép quanh mắt, nhỏ thuốc trụ sinh, và nghỉ ngơi. Tôi cũng kiểm tra kỹ lại xem mắt mình có bị gì khác thường hay không. Thị lực tôi vẫn ổn khi đeo kính cận. Ngoài ra, không có những dấu hiệu nguy hiểm khác như nhức đầu hay liệt yếu một bên mặt.

Nhưng con mắt trái của tôi ngày càng bướng bỉnh không nghe lời. Dùng khăn ấm và nhỏ trụ sinh đã hơn ba ngày mà con mắt vẫn không đỡ mà còn tệ hơn. Vùng dưới mắt tiếp tục đau và sưng to.

Thấy tình hình không ổn, tôi đến gặp bác sĩ chuyên khoa mắt Linda Vu để xem. Bác sĩ Vu đồng ý với chẩn đoán và cách chữa trị của tôi nhưng chị đề nghị mổ giảm áp vì chị biết lịch làm việc của tôi khó mà để cặp mắt có đủ thời gian dưỡng bệnh.

Thế là tôi lên bàn mổ để mổ cắt giảm áp mụt lẹo.

Trong chuyên khoa ngành mắt, đây là tiểu phẫu đơn giản, thường được thực hiện bởi bác sĩ nội trú mắt năm đầu. Tôi may mắn được bác sĩ giảng dạy mổ trực tiếp, nhưng vẫn hồi hộp vì lần đầu tiên lên bàn mổ. Bác sĩ Linda giải thích kỹ từng bước trước khi làm, bắt đầu là chích thuốc tê vào vùng bên trong mí mắt, sau đó sẽ rạch một đường nhỏ và nặn chất dịch ra.

Tôi nằm ngửa, mắt mở thao láo nhìn lên dàn đèn sáng chóa trên trần của phòng tiểu phẫu. Bác sĩ Vu trấn an tôi thêm lần nữa và chị bắt đầu ca mổ. Tôi cảm nhận áp lực ngày một tăng bên mắt trái. Rồi vết đau nhói lên khi kim thuốc tê chích vào bên trong mắt. Trong phút chốc, tôi thấy mọi thứ nhòa đi. Tôi chợt thấy sợ. Tôi sợ mình không còn thấy đường nữa, sợ mình sẽ nhìn thế giới này chỉ bằng một con mắt.

Tôi nhắm mắt lại, chợt nhớ đến buổi bình minh rạng rỡ trong khu vườn nhà xanh mướt khi tôi ngồi uống trà và nhìn qua khung cửa sổ có bụi hoa hoa hồng. Tôi nhớ đến mặt nước hồ bơi xanh lục yên bình trong buổi chiều có hai con chó nằm bên cạnh. Tôi nhớ hình ảnh má tôi cười tươi bên trái mãng cầu to đùng vừa hái xuống. Tôi nhớ hình ảnh hành lang đầy ánh đèn của phòng khám bệnh. Tôi nhớ hình ảnh những người thân và bạn bè trong những khoảnh khắc đầy màu sắc.

"Xong rồi em"

Chị Linda nói làm tôi bừng tỉnh. Ca tiểu phẫu 5 phút nhưng dường như dài vô tận. Tôi bước ra phòng mổ với một bên mắt băng lại như tên cướp biển vùng Caribbean. Đến tối về nhà, sau một lúc nghỉ ngơi, tôi mở băng ra và mỉm cười sung sướng khi hai con mắt vẫn còn thấy rõ, cảm nhận mình thấu hiểu hơn phần nào với những bệnh nhân mà tôi đã chữa, từ nỗi lo lắng khi bước lên bàn mổ đến sự mừng vui lúc khỏi bệnh. Bác sĩ, vẫn có thể sẽ là một bệnh nhân.

Tôi nhìn ra ngoài phòng, thấy nhẹ nhõm khi thấy má tôi đang lui cui làm đồ ăn. Cơn buồn ngủ sau khi mổ chợt kéo đến, tôi kéo chăn, nằm ngủ một giấc nhẹ nhõm, chuẩn bị cho những ngày sắp tới.

Bác sĩ Hải quân

Cách đây không lâu, tôi nhận được một món quà thú vị từ một bác sĩ hải quân ở Bệnh viện Quân đội Quốc gia Walter Reed, là kỷ niệm chương và cây bút từ Nhà Trắng. Câu chuyện của vị bác sĩ người Việt này làm tôi nghĩ về ngành Y Hải quân Hoa Kỳ, về những trải nghiệm thú vị khi vừa là sĩ quan hải quân vừa là bác sĩ.

Lúc được nhận vào trường Y, tôi có cơ hội tham gia chương trình học bổng trở thành bác sĩ hải quân. Trong chương trình này, Hải quân sẽ trả toàn bộ học phí trường Y, mỗi tháng, sinh viên Y (MD/DO) sẽ được nhận tiền lương, và bắt đầu được thăng cấp dần dần. Trong lúc học Y, sinh viên sẽ phải học các khóa huấn luyện của sĩ quan (45 ngày/năm). Tôi quyết định không chọn đi theo con đường này bởi lúc đó, tôi đã nghĩ đến việc lập phòng khám tư sau khi tốt nghiệp.

Mặc dù không phải là sĩ quan hải quân, nhưng tôi lại may mắn có nhiều bạn đồng nghiệp làm bác sĩ bên mảng này nên các câu chuyện và trải nghiệm về sĩ quan hải quân cứ liên tục trong các buổi nói chuyện.

Khi vừa ra trường Y, bác sĩ hải quân sẽ bắt đầu là đại úy hải quân (O-3) và dần thăng hàm khi xong nội trú/làm nghiên cứu sinh chuyên khoa. Cái khó của ngành Y Hải quân là bác sĩ hải quân phải phục vụ ít nhất bảy năm sau khi xong nội trú/nghiên cứu sinh và phải chịu sự phân công nơi làm việc của Hải quân, thường là đến các nước khác có cơ sở Hải quân Hoa Kỳ hay các quân cảng chính tại Mỹ.

Bác sĩ nội trú hay bác sĩ tại Mỹ đang hành nghề nếu muốn chuyển sang làm sĩ quan hải quân vẫn chưa muộn, miễn là còn trong tuổi phục vụ, có bằng hành nghề, (dưới 58 tuổi) và sẵn sàng ra khơi phục vụ ít nhất là hai năm quân ngũ.

Anh bạn thân của tôi, làm lên đến chức đại tá Hải quân, đã đi gần 100 nước. Hải quân Hoa Kỳ cũng gửi anh đóng quân nhiều nơi, có lúc anh ở Nhật hơn một năm, hay có lúc ở tận châu Âu xa xôi ngồi trên bờ nhiều tháng. Bác sĩ hải quân cũng là sĩ quan, nên phải đi theo sự phân công của công việc.

Lúc chưa lên chức cao, các bác sĩ hải quân thường làm việc trên các trung tâm hậu cần hay các tàu nhỏ. Bắt đầu là các tàu khu trục hạm, và có thể lên đến tàu lớn hơn như tuần dương hạm hay tàu sân bay. Lịch làm việc ở trên tàu thường là nhiều tháng, có khi nhiều năm tùy theo yêu cầu của hải quân. Các bác sĩ hải quân càng lên cao thường có xu hướng về làm quản lý và làm ở bệnh viện lớn trên đất liền chứ không muốn làm bác sĩ trên tàu nữa. Thỉnh thoảng, các bác sĩ hải quân sẽ làm việc tại các tàu bệnh viện của Hải quân Hoa Kỳ khắp thế giới.

Hoa Kỳ có hai tàu bệnh viện Hải quân lớn nhất thế giới là USNS Mercy và USNS Comfort. Mỗi tàu bệnh viện này có trên 1.000 giường bệnh, 12 phòng mổ, 80 phòng ICU, đầy đủ thuốc men phục vụ hơn 1.500 bệnh nhân. Tải trọng mỗi tàu trên 70.000 tấn, cần hai máy chính 24.500 sức ngựa để chạy tốc độ 17 hải lý/giờ. Để so sánh, các bệnh viện lớn tại Hoa Kỳ thường có 300-500 giường và 15-30 phòng ICU. Tôi từng có dịp đến một trong những tàu này và phải há miệng thán phục các kỹ sư hàng hải làm sao có thể xây một chiếc tàu to như vậy.

Sĩ quan Hải quân Y khoa, ngoài được mặc đồng phục trắng rất đẹp như phim Hollywood, còn được hưởng nhiều lợi tức, từ nhà cửa, du lịch, ăn uống, và các quyền lợi khác cho đến khi nghỉ hưu.

Một lợi ích thú vị mà tôi quan sát là sĩ quan hải quân hay đi máy bay miễn phí, gọi là "Space-A". Do các chuyến bay quân sự hằng ngày đều có lịch đến nhiều nơi trên thế giới, thường có vài ghế trống (seat available), bởi vậy các sĩ quan và quân nhân Hoa Kỳ có thể dùng các ghế trống này đi miễn phí, thậm chí có thể mang thêm thành viên gia đình đi theo. Lưu ý là chương trình này không bảo đảm lúc nào cũng có vé máy bay dư nên có khi phải ngồi đợi chuyến bay cả ngày. Các sĩ quan hải quân cao cấp, như bậc đại tá, thường sẽ đi chung với các đoàn nghị sĩ và quan chức chính phủ nên dịch vụ và chất lượng bay tốt hơn, sẽ không phải ngồi đợi Space-A như sĩ quan thường.

Bác sĩ hải quân cũng là một hướng ngành nghề bác sĩ khá thú vị mà các bậc phụ huynh có thể cho con em mình tham khảo sau này.

Nobel Y sinh: Vinh danh cảm xúc

Suốt cuộc đời này, chẳng phải chúng ta luôn đi tìm cảm xúc?

Cái nắm tay đầu tiên của đứa trẻ sơ sinh với mẹ, mùi giọt sữa đầu tiên mút từ bầu vú, vị mặn nụ hôn đầu tiên làm run rẩy đôi vai gầy, tô phở đầu tiên thơm lừng mùi rau quế xanh, cảm giác vỡ òa khi biết tin đậu đại học, và cái buông tay cuối cùng khi từ giã cuộc đời.

Tất cả đều là cảm xúc.

Năm 2021, giải Nobel Y sinh vinh danh hai nhà khoa học David Julius and Ardem Patapoutian đến từ hai viện nghiên cứu ở California cho những phát hiện của họ về các thụ thể nhiệt độ và xúc giác, giúp chúng ta hiểu hơn về thần kinh cảm giác.

Vậy cảm xúc từ đâu đến?

Hầu như mọi chỗ trên cơ thể người đều có tế bào thần kinh cảm giác, đặc biệt là ở da. Chúng ta có rất nhiều tế bào thần kinh để cảm nhận nhiệt độ, xúc giác, và trạng thái đau. Da cũng là cơ quan lớn nhất và có nhiều tế bào thần kinh cảm giác nhất trong cơ thể. Khi ta chạm vào vật gì, các tế bào cảm giác sẽ được kích hoạt, gửi tín hiệu về bộ não.

Não của chúng ta sẽ nhận biết, học hỏi, và ghi nhớ những cảm giác này. Các cảm giác dễ chịu, hạnh phúc, dịu dàng, sẽ được đưa vào vùng não hạnh phúc trong khi các cảm giác đau rát, bị phỏng, hay vết cắt sẽ nhắc chúng ta lần sau phải cẩn thận hơn.

Các tế bào thần kinh cảm giác kết hợp với các tế bào thần kinh khác như vị giác, khứu giác, thị giác, kèm theo các hệ cơ quan khác như hệ hô hấp thở nhanh hay chậm, hệ tim mạch bơm thêm máu, từ đó có thể tạo ra cảm xúc dâng trào khiến chúng ta không bao giờ quên.

Theo thời gian, có nhiều thứ chúng ta quên đi nhưng những cảm xúc ban đầu, những mùi vị thuở bé, những hình ảnh năm xưa, sẽ đi theo chúng ta suốt đời.

Bình yên ở bệnh viện

Có những người vào những ngày lễ lớn, thay vì tìm sự ồn ào náo nhiệt, họ lại tìm cho mình chút bình yên.

Một lần, vào bệnh viện vào buổi tối trước Giáng sinh, tôi đã gặp một câu chuyện như thế. Cô gái không phải là bệnh nhân của bệnh viện, nhưng thường đến nơi này nhiều lần, hay ngồi ngoài phòng chờ của khoa ICU để đợi tin người thân của mình. Cô ngồi ở vị trí gần cửa sổ kính, nơi có thể lơ đãng nhìn xuống khoảng sân phía trước bệnh viện.

Cô có dáng người cao cao, hơi ốm, hay mặc váy dài màu sáng, và uốn tóc cong che hờ gương mặt trái xoan có cánh mũi dọc dừa. Vào những ngày lễ cuối năm, trái với không khí ngoài đường ồn ào tấp nập xe cộ có nhạc du dương trong cái lạnh nhè nhẹ, bên trong bệnh viện là sự vắng lặng vô cùng. Chỉ có tiếng máy đo nhịp tim, máy thở, và vài bước chân vội vã của các bác sĩ và điều dưỡng dọc theo hành lang màu trắng.

- Hôm nay cô lại vào thăm người nhà? - Tôi dừng lại bắt chuyện khi thấy cô gái quen quen đang đứng nhìn vào khoa ICU.

- Không thưa bác sĩ, tôi vào chơi thôi.

Tôi ngạc nhiên trong phút chốc vì ít có ai vào bệnh viện, nhất là vào cái khoa ICU này, để cho vui vào mấy ngày lễ.

- Vì sao vậy cô?

- Bác sĩ thấy bệnh viện có yên bình không?

- À, bệnh viện thì phải yên bình chứ, thưa cô?

- Tôi vào đây là vì vậy, tôi thấy nơi này yên bình quá, không ồn ào bon chen như ngoài kia.

Tôi nhìn vào bên trong khoa ICU, đúng là yên bình thật vì hôm nay đa số bệnh nhân đang chạy máy thở, đâu có ai tỉnh được đâu mà la lối hay đua đòi với nhau. Còn những người nhà bệnh nhân thì đã đi về hết để chuẩn bị lễ Giáng sinh.

- Bệnh viện là vậy, có lẽ khi đến gần lằn ranh sống chết thì ai cũng phải sống thật cả, không còn bon chen, không còn ganh đua. Tôi nghĩ vì vậy nên nó yên bình. - Tôi chậm rãi nói.

- Thế bác sĩ có thấy yên bình khi ở đây không? - Cô nhìn tôi hỏi.

Tôi thở dài một chút rồi nói:

- Tôi không chắc lắm. Tôi có nhiều thứ phải lo quá, lo bệnh nhân, còn phải đi làm để trả nợ, rồi lo nhiều thứ khác.

Nhưng mà cô nói đúng, khi tôi vào đây làm thì đúng là tôi cũng thấy yên bình thật.

- Yên bình là ở trong tâm mình bác sĩ à. Thực ra giờ vào đây, khung cảnh thì yên bình thật, tôi tưởng mình cũng sẽ thấy yên bình hơn, nhưng hóa ra lại vẫn thấy mình không an tâm.

*

Nhiều năm sau này, tôi vẫn nhớ câu nói *"Bình yên ở trong tâm"* chứ không phải là do nơi lặng lẽ hay náo nhiệt.

Có những buổi sáng ra biển có sóng lớn lắc lư, đập tung tóe hai bên mạn tàu, mà tôi vẫn thấy bình yên lạ thường.

Giả danh bác sĩ Wynn

Hôm kia, một người bạn gọi điện báo tôi biết là có người trên Facebook tự nhận là người quen của tôi và bình luận trên trang cá nhân làm phiền chị. Cách đây vài tuần, cũng có người bạn khác của tôi nhắn tin bảo là có người nào đó nhận là người quen của tôi hỏi mượn tiền.

Những kiểu mạo nhận này làm ảnh hưởng đến hình ảnh của tôi và tổn thương đến những người bạn và *fan* thật của tôi. Tôi viết bài này để chỉ ra những thủ đoạn và mánh khóe để quý vị nhận diện và tránh phải trường hợp tương tự.

Đầu tiên, tôi dùng Facebook nhằm mục đích chuyên nghiệp là cung cấp kiến thức giáo dục y khoa. Vì vậy, cả hai trang Facebook (Trang cá nhân Huynh Wynn Tran và Dr. Wynn Tran) đều viết bài theo hướng này. Tôi không nhắn tin tư vấn sức khỏe online, không bán hàng, không quảng cáo, càng không nhắn tin làm quen, gạ gẫm, hay nói chuyện riêng.

Facebook của tôi tắt chế độ kết bạn và những người đã kết bạn trên trang của tôi thường là những người tôi đã gặp và nói chuyện ngoài đời. Tôi chú trọng vào thế giới thật bên ngoài hơn là thế giới ảo mạng xã hội.

Có nhiều người tạo ra hàng chục, thậm chí hàng trăm *account (tài khoản)* Facebook giả, sau đó hàng trăm *account* này hùa vào đăng bài, bình luận hay *report (báo cáo)* vào một tài khoản của ai đó trên Facebook để tấn công, nhằm tạo ra ảo giác là có nhiều người đang bình luận giống mình.

Thật ra, hàng trăm bình luận, hàng chục *likes* này chỉ từ một người. Chưa hết, *account* này chưa chắc đúng là người hay giới tính chúng ta nhìn trong hình đại diện. Hình một cô gái trẻ trên Facebook, đằng sau có thể là một chàng trai hay một ai khác. Nhấp vào tài khoản giả, quý vị sẽ thấy không có bài viết hay hình ảnh cá nhân mà toàn hình cóp nhặt từ người khác, bài chia sẻ lại, hoặc cây hoa lá cành.

Một tình huống khác là một số người giả mạo lấy hình ảnh tôi rồi đi tán tỉnh những cô gái khác, gây hiểu lầm. Có một lần, tôi đang khám bệnh thì một cô gái gọi điện thẳng từ Việt Nam vào văn phòng nằng nặc phải gặp bác sĩ Wynn. Khi tôi nhấc máy nghe, cô nói rằng cô đang nhắn tin nói chuyện với người đang dùng hình ảnh của tôi, kêu cô gái "gửi hình" và "hứa sẽ về Việt Nam thăm em". Cô này hơi ngạc nhiên vì nhớ giờ này tôi đang khám bệnh bên Mỹ. Vừa nói chuyện điện thoại với tôi, cô gái từ Việt Nam biết ngay người kia là giả mạo vì giọng nói cũng khác giọng thật của tôi và tôi chưa bao giờ nhắn tin nói chuyện với cô ấy.

Tôi để chế độ tự do bình luận trên Facebook vì tôi tôn trọng các *fan* của mình, vì muốn được quý vị góp ý. Nhưng nếu tình trạng này kéo dài, nghĩa là có bình luận tự nhận quen biết tôi, rồi quảng cáo, hay nhắn tin xúc phạm người khác, tôi buộc sẽ phải tắt bình luận. Hy vọng quý vị giúp tôi cảnh giác cũng như *report* các nick này để Facebook và group chúng ta vui vẻ và khỏe mạnh.

"Nông trại" tài khoản giả

"Chào bạn, tôi rất ấn tượng khi xem *profile (hồ sơ)* của bạn. Chúng ta làm quen nhé!"

Hình ảnh một anh chàng đẹp trai nhắn tin làm quen chợt khiến các quý cô quý bà hú hồn, rồi vô tình *click* vào link anh chàng vừa gửi có dính virus để lấy tài khoản ngân hàng. Hằng ngày, có hàng trăm ngàn người bị lừa đảo trên mạng, họ mất tiền, mất tình, và mất luôn niềm tin vào cuộc sống bởi những tài khoản ảo. Cơ quan FTC Hoa Kỳ (Ủy ban Thương mại Liên bang Hoa Kỳ) ước tính năm 2023 có trên 1,4 tỷ USD bị lừa trên mạng xã hội.

Năm ngoái, phóng viên CNN Jack Latham có dịp vào đến một "nông trại" tài khoản giả, *click farm*, là một căn phòng nóng nực chật chội ở vùng ngoại ô Hà Nội, nơi đặt hàng trăm máy tính và điện thoại để tạo ra hàng ngàn tài khoản giả. Các tài khoản này có thể tạo 10.000 *likes* trong phút chốc trên Facebook, tạo ra hàng trăm *comment (bình luận)* giả ủng hộ hay phản đối bài viết, và chàng thanh niên mặc quần cộc ngồi ở căn phòng này chỉ việc kiếm tiền từ việc bán *likes* hay bán tài khoản ảo.

Vấn nạn giả danh lừa đảo giờ đã là chuyện thường tình trên mạng xã hội. Có hàng trăm tài khoản giả danh Bác sĩ Wynn Tran mỗi ngày, các *fan* của tôi phải *report (báo cáo)* Facebook nhiều đến nỗi ngán ngẩm. Các tài khoản này hoạt động rất tinh vi bằng cách copy toàn bộ bài viết và hình ảnh của tôi để tạo *profile,* sau đó vào tài khoản chính chủ để chia sẻ lại bài của tôi.

Chúng ta dường như đang sống giữa hai xã hội.

Một xã hội thật cơm áo gạo tiền và xã hội ảo bóng bẩy sang chảnh trên mạng, khi mà mỗi *like* đều có giá trị như tờ *dollar* xanh.

Mỗi lần đi ăn nhà hàng, khi tôi nhìn xung quanh, hầu như ai ai cũng dán mặt vào điện thoại xem mạng xã hội. Có cô gái vừa đút con ăn vừa nhìn Facebook xem có bao nhiêu lượt *like,* giật mình tự cười tủm tỉm vì có thêm *like* cho hình cô đi chụp ở vườn hoa hạnh nhân vừa *post,* để mặc cho đứa con trai đang nhăn mặt vì muốn mắc nghẹn.

Có cặp tình nhân vừa ngồi vào bàn đặt hai đĩa cơm tấm sườn bì thì mạnh ai nấy lấy điện thoại ra *check* mạng xã hội. Mặt chàng trai chợt đanh lại khó chịu khi hình chàng vừa đăng không có nhiều người thích như mọi khi. Không ai nghĩ những cái *like* vô hồn từ những chiếc máy tính xa xôi cách nửa vòng trái đất lại có thể dễ dàng làm người ta vui vẻ hay bực bội đến thế.

Ở nhà, bà mẹ già mòn mỏi trông chờ cô gái mang cháu về nhà. Bà vừa nấu xong nồi chè đậu xanh bột báng thơm phức, mong sẽ làm cô con gái vừa có con đầu lòng vui vẻ. Nhưng không, khi về nhà cô lại hầm hầm bực bội vì *post* video của cô nhún nhảy trên tiktok không có nhiều *like* bằng những cô khác. Bà mẹ già ngồi buồn hiu, chợt nhận ra nồi chè của mình nấu mấy tiếng đồng hồ không bằng một *like* ảo vài giây trên mạng.

Khi mà chúng ta còn đánh giá cao những cái *like* ảo hay những tài khoản hào nhoáng lấp lánh trên mạng xã hội, thì ở một nơi không xa kia, những nông trại tài khoản ảo sẽ vẫn còn có thể làm giàu, và đâu đây vẫn không thiếu những quý cô quý bà hồi hộp *click* vào tin nhắn làm quen từ một anh chàng đẹp trai nào đó đang chực chờ để chiếm lấy tài khoản ngân hàng.

Lần cuối bác sĩ đi nghỉ dưỡng là khi nào?

Khám xong ca bệnh cuối ngày, tôi chuẩn bị đứng lên thì cô bệnh nhân ung thư níu tay tôi lại hỏi:

- Lần cuối con đi nghỉ dưỡng là khi nào?

Tôi chợt khựng lại và trong khoảnh khắc ngắn ngủi, tự nhiên thấy quý cô bệnh nhân hay đến khám bệnh này hơn.

- Sao cô hỏi con vậy?

- Cô thấy con dạo này nhìn ốm và mệt hơn xưa.

Tôi suy nghĩ một lát rồi nói:

- Dạ. Từ lúc trước khi có dịch Covid-19 đến giờ, con chưa nghỉ làm ngày nào cả.

Tôi nhẩm tính chắc cũng gần hai năm, kể từ lúc tôi cho phép mình nghỉ lễ hai tuần.

Physician Burnout, tình trạng bác sĩ bị kiệt sức không còn là khái niệm mới trong ngành Y. Tuy tạm dịch *burn out* là kiệt sức, nhưng từ này vẫn chưa thể hiện được hết sự mệt mỏi kéo dài trong tâm lý ngoài mệt mỏi về thể xác.

Ngành Y là một ngành đặc thù, sự mệt mỏi không chỉ thể hiện bên ngoài mà còn ở bên trong tâm hồn, khi những áp lực và nỗi lo cứ liên tục dấy lên. Và trớ trêu thay, đôi khi chính bác sĩ là người hơn ai hết không được chăm sóc sức khỏe.

Trước khi đại dịch Covid-19 xảy ra năm 2020, ước tính có khoảng 42% bác sĩ tại Mỹ bị kiệt sức. Những thống kê gần đây cho thấy khoảng 50% bác sĩ tại Mỹ bị *burn out* do làm việc quá tải và không hề nghỉ ngơi trong đại dịch Covid-19. Đau buồn hơn, đã có nhiều bác sĩ và điều dưỡng tự tử do trầm cảm và kiệt sức trong đại dịch này.

Gần đây, tôi bắt đầu đi nghỉ ngắn cuối tuần và dự định sẽ đi nghỉ dưỡng trong thời gian tới.

Sau khi tiễn cô bệnh nhân ra về, tôi ngồi lại một mình trong văn phòng, suy nghĩ về câu hỏi thăm của cô. Đúng là tôi, và rất nhiều những bác sĩ khác, cần một kỳ nghỉ dưỡng.

Nhưng, chỉ một câu hỏi ngắn quan tâm của bệnh nhân thôi mà tôi đã thấy những mệt mỏi cả năm nay của mình như tan biến. Và tôi đã học thêm một điều từ cô bệnh nhân này là tôi sẽ hỏi những bệnh nhân hay bác sĩ đồng nghiệp khác câu hỏi rằng:

- Lần cuối quý vị đi nghỉ dưỡng là khi nào?

Y học không gian

Khi một phi hành gia NASA cảm giác đau bụng hay buồn nôn, họ vẫn cần bác sĩ tư vấn, nhưng không phải bác sĩ gia đình hay bác sĩ chuyên khoa Tiêu hóa mà là bác sĩ chuyên khoa Y học Không gian (Aerospace medicine specialist).

Trong trạng thái phi trọng lực và di chuyển trong không gian với tốc độ nhanh, sinh lý và sức khỏe con người thay đổi khác hẳn khi ở trên mặt đất.

Phi công và phi hành gia cần có một bác sĩ chuyên khoa đặc biệt để chữa trị các bệnh và rối loạn nếu họ chẳng may mắc phải. Vì vậy, chuyên khoa Y học Không gian ra đời từ những năm 1930, phát triển mạnh vào những năm 1960, có chương trình đào tạo nội trú chuyên khoa, và chuyển thành bậc nghiên cứu sinh những năm 2000.

Hiện nay, có năm chương trình nội trú và nghiên cứu sinh đào tạo chuyên ngành Y học Không gian tại Mỹ, trong đó nổi bật nhất là chương trình của University of Texas Medical Branch Galveston và Mayo Clinic. Các chương trình nội trú này có sự nối kết với NASA. Các bác sĩ vào chương trình thường đã hoàn thành xong bác sĩ nội trú về nội khoa hay chuyên khoa cấp cứu.

Khi tôi nghe Elon Musk nói về những cuộc du hành vũ trụ đến sao Hỏa, tôi nghĩ ngay đến chuyên khoa không gian vì chắc rằng chúng ta sẽ cần thêm nhiều bác sĩ trên đó để phục vụ bệnh nhân, giúp cho quý vị nào chẳng may bị đau bụng tiêu chảy trong khi du hành vũ trụ.

Quý vị có thể cho con em mình tìm hiểu thêm nếu có hứng thú về chuyên ngành này trong tương lai.

Match Day - niềm vui vỡ òa

Sáng thứ Hai của tuần thứ ba tháng Ba, tôi nhâm nhi cà phê chờ tin nhắn từ các sinh viên hoặc bác sĩ thông báo kết quả của chương trình bác sĩ nội trú năm nay.

Hôm nay tôi nhận được khá nhiều tin vui từ các em, các bác sĩ học Y tại Việt Nam lẫn tại Mỹ. Nộp đơn nội trú chuyên khoa là quá trình cam go để bước vào giai đoạn đào tạo quan trọng nhất của việc học Y - trở thành bác sĩ nội trú.

Con đường nộp đơn vào bác sĩ nội trú tại Mỹ của bác sĩ học Y từ Việt Nam là một trong những con đường cực khổ, gian nan, và vinh dự nhất.

Khó có thể kể ra những mất mát, buồn chán, tốn tiền, cô đơn, thất vọng, và trên hết là nỗi nhớ gia đình, người thân cách xa vạn dặm. Có những bạn nữ hằng đêm khóc thầm lo cho mẹ bệnh nặng tại Việt Nam sau khi đọc đến sưng mắt chồng sách Kaplan, có những bạn nam hai bàn tay viêm rát do làm thêm chạy bàn buổi tối ngoài trời mùa đông để có thêm chút tiền mặt nộp đơn nội trú.

Rồi những năm sắp tới, các bạn sẽ phải làm việc còn cực hơn nữa vì có nhiều kiến thức mới phải học bên cạnh kiến thức chuyên môn. Các bạn sẽ có thêm những đêm khóc thầm tủi hổ vì bị ăn hiếp, bị bệnh nhân rầy rà, bị điều dưỡng la, và bị sếp hoặc bác sĩ nội trú năm trên khiển trách. Các bạn sẽ khóc vì nghĩ đến bệnh nhân đã mất và các bạn sẽ nhận ra làm bác sĩ không dễ tí nào. Các bạn sẽ nhận ra mình chưa biết gì cả và sẽ càng phải học nhiều hơn để trở thành bác sĩ tốt hơn. Các bạn cũng sẽ vui, sẽ nhảy lên ăn mừng khi nhận tấm *check* lương bác sĩ nội trú đầu tiên mà chưa biết làm gì vì không có thời gian đi ăn bên ngoài. Các bạn sẽ ngủ nhiều trong bệnh viện hơn là ở nhà.

Sau khi qua được giai đoạn nội trú, con đường phía trước của các bạn sẽ nở hoa. Các bạn sẽ cười tươi khi nhìn hợp đồng với mức lương 250.000 - 300.000 đô mỗi năm, sẽ có cơ hội có thẻ xanh để ở lại Mỹ, và có thể quên hết những ngày cực khổ đã qua.

Trong hàng trăm hồ sơ của bác sĩ từ Việt Nam nộp vào nội trú Hoa Kỳ hằng năm, chỉ có vài người đến vài chục người được nhận. Vì vậy, bên cạnh những niềm vui vỡ oà hôm nay, còn rất nhiều nỗi buồn, nỗi thất vọng lặng lẽ của nhiều bác sĩ từ Việt Nam bị từ chối vào nội trú. Những bạn này không biết sẽ làm gì vào những ngày kế tiếp vì biết bao công sức, tiền của, cố gắng, và quan trọng nhất là niềm tin của mình bị tổn thương.

Vào ngày này, tôi muốn chia sẻ với các bạn không may mắn rằng nếu không vào được nội trú Mỹ thì vẫn còn nhiều con đường khác, chỉ cần bạn có ý chí, như học làm nghiên cứu sinh, làm thông dịch viên, trợ lý bác sĩ,... Đừng bỏ cuộc, hãy tin vào khả năng của mình, bạn sẽ tìm được con đường phù hợp.

Đồng thời, tôi cũng gửi lời chúc mừng đến các bạn đã được nhận vào Nội trú Mỹ, hãy giữ vững tinh thần để tiếp tục cho chặng đường dài phía trước

Cảm ơn các bác sĩ Minh Do, Dinh-Van Nguyen, Sarah Trinh của VietMD đã đồng hành cùng tôi phỏng vấn, giúp đỡ và góp ý để hỗ trợ phần nào giúp các bạn bước chân vào nội trú Mỹ.

Cảm hứng viết lách

Viết sách là một trong những đam mê của tôi. Khi viết cuốn sách đầu tiên *"Từ Kiến trúc sư thành bác sĩ tại Hoa Kỳ"*, tôi chỉ muốn ghi lại những con đường đã qua. Không ngờ, cuốn sách có hiệu ứng tích cực đến nhiều bạn trẻ khi lựa chọn nghề nghiệp.

Từ đó, tôi chọn viết như một thú vui, một đam mê, nhưng cũng là công việc thường xuyên.

Tôi thường viết tùy vào cảm xúc. Nhưng không phải lúc nào tôi cũng có cảm xúc và không phải lúc nào cũng có thể viết được. Nhiều quý vị hỏi tôi bằng cách nào có thể duy trì viết sách thường xuyên. Từ năm 2019 cho đến nay, năm 2025, tôi viết được 14 cuốn sách (7 cuốn tiếng Việt và 7 cuốn tiếng Anh).

Dưới đây là vài kinh nghiệm tôi đang học để viết lách tốt hơn.

1. Viết về những gì mình biết, nhưng nhớ người đọc là người ngoài ngành

Ai cũng có một thế mạnh, một chuyên khoa, một ngành nghề. Cái khó là viết ra để người ngoài ngành đọc hiểu. Tôi viết các bài về sức khỏe như cao huyết áp, khi đọc lại, tôi muốn chắc rằng một anh lái xe, một chị bán hàng sẽ hiểu những gì tôi viết để giúp ngăn ngừa đột quỵ. Tôi loại bỏ các từ chuyên ngành, thay bằng những từ bình dân dễ hiểu.

2. Viết về những khoảnh khắc

Cuộc sống, xét cho cùng, là kết nối những lắng đọng từ nhiều khoảnh khắc. Chuyện tình Titanic lóe sáng lúc Jack và Rose chia tay nhau trong hỗn loạn, khi Rose ngồi trên chiếc xuồng cấp cứu từ từ hạ xuống, Jack ở lại trên tàu. Trong cảnh pháo hiệu sáng lòa, mọi người tranh giành la ó, sóng biển lạnh lùng rầm rì giận dữ, nhưng Jack và Rose vẫn nhìn nhau, ánh mắt không rời, cho đến khi chiếc xuồng chở Rose đáp xuống biển. Đó là khoảnh khắc.

Tôi thích viết về khoảnh khắc nên có những hôm, lúc 1-2 giờ sáng tôi bật máy, gõ lóc cóc vì sợ khoảnh khắc của tôi chạy mất. Quý vị thử bắt giữ khoảnh khắc của mình bằng ngòi bút, vì khi chúng ta viết xuống ngay, đọc sẽ hay hơn rất nhiều so với việc đến quán cà phê và ngồi nặn ra ý tưởng.

3. Viết về cuộc sống xung quanh

Mỗi ngày, chúng ta trải qua rất nhiều hoạt động, tiếp xúc, đi đứng, làm việc, đi chơi, xem phim... Nhìn cuộc sống xung quanh, tôi nhận ra nhiều điểm thú vị, và tôi viết. Cuốn sách "Ngắn" là một ví dụ về cuộc sống xung quanh tôi.

4. Tập viết thường xuyên

Đây là điểm quan trọng nhất. Viết lách cũng như tập võ. Mỗi ngày viết một chút sẽ giúp tôi viết tốt hơn. Tôi hay viết nháp ở trong *Journal* của mình, có khi chỉ phác vài ý, có khi viết liên tục cả câu chuyện giữa đêm khuya (như bài *Trứng nhãn* trong sách *"Màu nhạt nắng"*).

Cảm ơn nhiều quý vị đã dành lời khen cho sách, các bài tản văn, và truyện ngắn tôi viết, đồng thời cũng cám ơn những góp ý để tôi hoàn thiện hơn trong việc viết lách. Tôi là dân chuyên Toán, chưa bao giờ học sâu về Văn. Hồi xưa đi học làm bài văn được năm điểm là mừng lắm rồi.

Sáng cuối tuần ngồi trong vườn, nhâm nhi ly trà, ăn trái cây, tôi bèn nổi hứng viết vài dòng chia sẻ vì sợ lỡ đâu cảm hứng viết bài này chạy mất!

"Why not?"

Mấy tuần trước, tôi đi tham dự tiệc cuối năm của một ngân hàng.

Khi vào buổi tiệc đứng, cô trưởng chi nhánh ngân hàng vui vẻ giới thiệu các khách hàng với nhau. Đến lượt tôi, cô nói:

- Đây là bác sĩ Wynn Tran, chủ phòng khám Wynn Medical Center, nhưng cũng là một giáo sư giảng dạy, một tác giả viết sách và một Youtuber nổi tiếng.

- Thưa cô, cô nói quá lời rồi! - Tôi định chen vào.

Chợt một chú kia, nhìn có vẻ là người châu Á, bảng tên họ Le trên ngực áo lên tiếng hỏi.

- Wow, có vẻ anh là bác sĩ nhưng sao anh có thể làm nhiều thứ quá vậy? Tôi tưởng bác sĩ thì chỉ biết làm chuyên môn khám bệnh thôi chứ!

Tôi im lặng vài giây, định lên tiếng thì có một giọng nữ cất lên:

- Why not?

*

Thỉnh thoảng tôi hay gặp những câu hỏi như vậy.

Có quý vị hỏi về nghề nghiệp, nhưng sau đó thắc mắc là sao không tập trung vào chuyên môn mà lại làm nhiều thứ khác. Tôi ít khi nào giải thích vì chính người đặt câu hỏi đã không phân biệt được tư duy và nghề nghiệp, quan trọng hơn là họ áp đặt đặt ý kiến chủ quan và kiến thức của mình về khả năng làm việc của người khác.

Lúc mới qua Mỹ, tôi cũng có suy nghĩ như vậy. Nghĩa là ai đó học cái gì thì phải ra trường làm cái đó. Thực tế, kiến thức chuyên môn học được ở trường chỉ là rất nhỏ, là những thứ cơ bản để hành nghề. Muốn đi xa hơn và đạt được thành tựu trong nghề nghiệp, chúng ta cần có tư duy tốt, một suy nghĩ phân tích logic rõ ràng, và cách phản biện chặt chẽ để thành công.

Elon Musk tốt nghiệp cử nhân chuyên ngành kinh tế và vật lý (không phải kỹ sư) từ trường đại học University of Pennsylvania, nhưng ông là người sáng lập ra các công ty về không gian (SpaceX), xe điện (Tesla) và tài chính (Paypal). Trong ngành y tại Mỹ, bác sĩ John Kim, tốt nghiệp Y khoa Harvard, vừa là sĩ quan Hải quân SEAL (Lieut. Commander) vừa là phi hành gia NASA (thành viên của Team Artemis thám hiểm mặt trăng). Những người phi thường này, cái họ có chung là tư duy phân tích tuyệt vời. Tư duy tốt giúp tìm ra và xử lý các vấn đề, dù trong y khoa hay kỹ thuật, trong kinh doanh hay không gian.

Trong giới kiến trúc nghệ thuật thì có Leonardo Da Vinci, vừa là họa sĩ, kỹ sư, kiến trúc sư, chuyên gia giải phẫu học. Điểm chung của các nhân vật thành công là nghề nghiệp chỉ là một bước đệm ban đầu. Họ đi xa và đi cao hơn vì tư duy và suy nghĩ khác biệt.

Ba tôi lúc nhỏ hay nói *"Nhất nghệ tinh nhất thân vinh"* nghĩa là làm một nghề cho thật giỏi thì sẽ tốt cho người đó.

Cho đến giờ, tôi vẫn nghĩ câu đó đúng, nhưng chưa đủ.

Nghề giỏi nếu có tư duy tốt thì sẽ càng tiến xa, không chỉ giúp "thân vinh" mà còn có thể làm "quốc vinh". Tư duy tốt sẽ khiến cho cá nhân giúp được nhiều hơn cho cộng đồng chứ không chỉ giúp riêng bản thân người đó. Lịch sử cho thấy các nhân vật thành công đều có thể làm rất nhiều nghề nghiệp khác nhau, và họ đều làm rất tốt vì họ có tư duy tốt.

*

Tôi quay sang nhìn thấy một cô gái khá trẻ, có vẻ như gốc Ấn Độ vì đeo bảng tên là Patel, cô lên tiếng trả lời giùm tôi.

- Why Not?

Tôi nhìn sang xem cô này sẽ nói gì tiếp với ông chú họ Le.

- Ông thấy đấy, đây là tiệc thường niên của ngân hàng, nghĩa là khách hàng ở đây đa số là doanh nhân, nhưng ai ai cũng có một nghề khác. Tôi đoán ông cũng có một nghề khác và cũng là doanh nhân nên mới đến đây. Nghĩa là ông cũng đang làm nhiều thứ đấy!

Cả đám chợt cười to với câu nói pha trò của cô gái gốc Ấn Độ.

Tôi cũng cười theo, cảm thấy buổi tiệc thú vị vì có những suy nghĩ thú vị. Vâng, *"Why not?"* phải không cô kỹ sư Ấn Độ.

Chăm sóc sức khỏe chất lượng

Ngày 11 tháng 12, năm 2024, tôi vinh dự nhận giải thưởng Provider Quality Excellence (Bác sĩ chất lượng xuất sắc) dành cho Bác Sĩ từ mạng lưới Health Net, một trong những tổ chức y tế lớn nhất ở California phục vụ trên 3 triệu bệnh nhân, có trên 90.000 bác sĩ, và 246 bệnh viện.

Tôi cảm giác mình thật may mắn vì tôi biết ngoài kia có hàng ngàn bác sĩ chăm sóc bệnh nhân tuyệt vời hơn tôi, và quan trọng nhất, tôi biết rằng giải thưởng này là dành cho bệnh nhân và *team Wynn Medical Center (WMC) Clinics* chứ không chỉ riêng bản thân mình. Không có các bác sĩ, nhân viên y tế, và bệnh nhân của WMC hỗ trợ, tôi chắc chắn sẽ không có giải thưởng này.

Nhưng, giải thưởng này cũng làm tôi suy nghĩ nhiều về chất lượng chăm sóc sức khỏe.

Ngày xưa, chăm sóc sức khỏe tốt đơn giản là tìm được bác sĩ tốt, chẩn đoán bệnh đúng, dùng thuốc hợp lý, bệnh nhân mau hết bệnh. Ngày nay, chăm sóc sức khỏe tốt cần rất nhiều thứ, từ chăm sóc ngăn ngừa bệnh, tiên lượng giảm thiểu rủi ro, chữa trị bệnh cấp tính và mạn tính hiệu quả, chăm sóc tại nhà, chăm sóc sau khi trở về từ bệnh viện, chăm sóc xung quanh người bệnh như chăm sóc tâm lý và chăm sóc xã hội.

Chất lượng chăm sóc sức khỏe ngày nay cũng được quy đổi ra các chỉ số, như chỉ số Ha1c kiểm soát bệnh tiểu đường, tỉ lệ chích vaccine, số lần tầm soát ung thư và phần trăm giảm tỉ lệ ung thư, hay chỉ số huyết áp và phần trăm giảm tỉ lệ đột quỵ. Tất cả những "thước đo" này khiến nhân viên y tế phải vất vả chạy theo.

Hệ thống y tế Mỹ phức tạp và "gãy vỡ" (*broken system)* khi có nhiều chồng chéo, quan liêu, những giấy tờ vô lý, và nhất là nhóm bảo hiểm vụ lợi chỉ lo kiếm tiền. Vì vậy, bác sĩ muốn chăm sóc sức khỏe chất lượng cần phải hiểu về hệ thống bảo hiểm và luật pháp để tìm ra cách tốt nhất giúp chăm sóc bệnh nhân.

Nghề Y tại Mỹ ngày càng khó khăn, khi bác sĩ không những phải giỏi về chuyên môn, mà còn phải giỏi về kỹ năng lãnh đạo và có kiến thức tốt về hệ thống y tế. Các bác sĩ nội trú mới ra trường ngày càng thích chọn công việc nhàn hạ, thích làm việc từ 9 - 5 giờ, họ ít quan tâm đến việc cải thiện hệ thống y tế và để mặc cho những người không phải bác sĩ làm lãnh đạo.

Nghiên cứu cho thấy chỉ có 5% CEO của các bệnh viện tại Hoa Kỳ là bác sĩ. Nhưng, tại các bệnh viện giảng dạy và bệnh viện nổi tiếng (như Mayo Clinic, UCLA, Cleveland Clinics, MGH) thì các CEO đều là bác sĩ. Và quan trọng hơn, các bệnh viện có CEO là bác sĩ thì chất lượng chăm sóc cao hơn đến 25%.

Y khoa của ngày mai sẽ càng có thêm nhiều thách thức. Khi chúng ta cần phân tích *gene* bệnh nhân để chẩn đoán sớm hơn, khi chúng ta cần tiên đoán ngăn ngừa bệnh trước khi bệnh xảy ra, khi yêu cầu của người bệnh và người thân ngày càng cao hơn, khi hệ thống y tế ngày càng thêm phức tạp với nhiều giấy tờ quan liêu, và khi trí tuệ nhân tạo là một phần của cuộc sống thì giao tiếp trực tiếp giữa người với người càng cần thiết hơn. Khi đó vai trò nòng cốt của bác sĩ cũng ngày càng quan trọng.

Bác sĩ của ngày mai phải chuẩn bị cho những thay đổi này, khi đó, chất lượng khám chữa bệnh sẽ được cải thiện.

Món quà muộn

Năm 2017, một cô bạn dáng người nhỏ nhắn đến tìm tôi ở bệnh viện USC (University of Southern California) để nói chuyện về trị liệu ung thư cho bệnh nhân ở Việt Nam. Lúc đó, biết tôi là bác sĩ chuyên khoa cơ xương khớp và miễn dịch, bạn nhờ tôi nói chuyện về ung thư ở góc nhìn miễn dịch và trị liệu ung thư với vai trò của một bác sĩ nội khoa. Đó là lần đầu tôi biết đến đến Thủy Muối (Trương Thanh Thủy) và tổ chức Sáng Kiến Ung Thư Muối (SCI). Một năm sau đó, tôi về Đà Nẵng nói chuyện tại Diễn Đàn Ung Thư Việt Nam 2018.

Lần đi nói chuyện ở Việt Nam tạo ấn tượng sâu sắc trong tôi về bệnh nhân ung thư.

Sau lần nói chuyện đó, Thủy nhờ tôi viết sách về ung thư cho người Việt Nam cũng như cho bác sĩ gia đình. Kiến thức về chữa trị ung thư dành cho bác sĩ gia đình là cần thiết vì nhiều bệnh nhân thường gặp bác sĩ gia đình đầu tiên khi có các triệu chứng ung thư, đồng thời, họ cũng là người luôn đồng hành cùng bệnh nhân trong suốt quá trình chữa trị.

Mãi đến nhiều năm sau này, tôi mới bắt đầu hoàn thành bộ sách y khoa bằng chứng cho bác sĩ nội khoa và bác sĩ gia đình, *Evidence-Based Medicine*, cho các chuyên khoa khác nhau như cơ xương khớp, da liễu, tâm thần, ung thư, tim mạch, và nội tiết. Dĩ nhiên, ung thư và cơ xương khớp miễn dịch là hai chuyên khoa đầu tiên tôi viết. Các cuốn sách y khoa bằng chứng là những tổng hợp hướng dẫn và chữa trị mới nhất dựa trên bằng chứng và khuyến cáo của các tổ chức chuyên khoa.

Giờ đây, tôi muốn tặng Thủy cuốn sách ung thư này nhưng bạn ấy không còn nữa. Thủy Muối mất năm 2020 vì ung thư phổi sau thời gian dài chống chọi. Trong cuốn sách ấy, ở trang đầu tiên, tôi trang trọng dành lời cảm ơn Thủy Muối và các bệnh nhân ung thư, những người đã truyền cảm hứng cho chúng tôi về chữa trị căn bệnh này.

Cảm ơn Thủy và tổ chức SCI.

Sau 60 tuổi, người ta sống vì điều gì?

Vài tuần trước, tôi nhận được tin người bạn lớn tuổi của tôi, bác Mendoza vừa mất lúc 94 tuổi. Tôi chợt nhớ đến lần đầu gặp bác nhiều năm trước, khi đó bác hỏi tôi:

- Con biết vì sao bác sống đến bây giờ không?

- Dạ không?

*

Mendoza (tên tôi tạm đặt) có thể xem là một người Mỹ di cư thành công. Anh chàng Mendoza di cư đến Mỹ từ năm 20 tuổi, sau đó học ESL (English as second language), học tiếng Anh, rồi học đại học, đi làm 2-3 công việc, anh học ngày đêm, cuối cùng trở thành kỹ sư hàng không, lấy vợ, sinh ra một người con trai. Hai vợ chồng lại cắm đầu làm túi bụi ráng nuôi đứa con duy nhất ăn học thành tài.

Nỗi buồn đầu tiên đến với Mendoza khi vợ ông mất vì ung thư khi ông vừa hơn 60 tuổi. Người phụ nữ đồng cam cộng khổ cùng ông những ngày nắng mưa, cho đến khi hai vợ chồng mua được căn nhà khang trang ở Los Angeles, có khu vườn nho nhỏ nở hoa hồng mỗi sáng mà bà hay pha trà ngồi uống, đã không còn bên ông. Mendoza mất vợ như mất gần hết thế giới. Ông co rút lại, hạn chế tiếp xúc với mọi người xung quanh. Nhưng ông vẫn còn cậu con trai lớn, và ông ráng sống vì con.

Hai cha con không thân lắm do khác biệt văn hóa và ông cũng ít gần con trai. Con trai ông sinh ra và lớn lên ở đây, không nói rõ được tiếng Mễ. Hai cha con ít khi nói chuyện vì lúc con ông còn nhỏ, ông vắng nhà thường xuyên do đi làm thêm ca để kiếm thêm tiền. Vợ ông khi còn sống chính là cầu nối cho gia đình đầm ấm. Bà ở nhà lo ăn uống nuôi nấng cho cậu con trai. Khi bà mất đi, gia đình quạnh quẽ hẳn khiến Mendoza trầm cảm mấy năm, có lúc tưởng chừng như muốn từ bỏ cuộc đời.

May thay, vài năm sau anh con trai lấy vợ, và Mendoza có một người cháu gái kháu khỉnh. Ông già Mendoza đang buồn chán, trầm cảm thì dần dần vui trở lại khi nhìn đứa cháu gái bước đi chập chững, té lên té xuống o e gọi "ông nội ông nội". Ông thấy mình như trẻ lại, như có thêm sức sống.

Nhưng số đen đủi vẫn không buông tha ông. Khi cháu gái ông được 5 tuổi thì người con trai duy nhất của ông mất trong tai nạn xe. Cô con dâu sau đó dẫn con gái quay về bên mẹ ở tiểu bang Texas. Mendoza trở về căn nhà cô quạnh năm xưa. Vườn hoa hồng giờ không ai chăm sóc đã tàn úa. Cô con dâu có dẫn cháu đi thăm ông nội một vài lần rồi cô lấy chồng mới, sau đó thì ông không còn gặp cháu.

Cứ mỗi năm mới hay ngày lễ, ông lại lặng lẽ ngồi bên cửa sổ, đợi đứa cháu gái gọi điện hỏi thăm một vài câu. Chỉ cần một cú điện thoại hỏi thăm của cô cháu gái phương xa cũng đã làm ấm lòng ông cả năm.

Bạn bè xung quanh ông dần mất đi vì tuổi tác, vì bạo bệnh. Ở tuổi gần 80, Mendoza vẫn khỏe mạnh như một người trung niên, ông không có bệnh gì ngoài đau khớp nhẹ. Ông vẫn thính tai, vẫn nghe điện thoại hay nói chuyện với cháu gái qua Facetime. Ông dần cảm thấy cô đơn kinh khủng khi bạn bè không còn mấy ai bên cạnh. Nhưng ông vẫn ráng sống vì mong đợi những cuộc gọi điện vào ngày lễ. Và rồi, theo thời gian, những cuộc gọi ngày càng thưa dần vì cô cháu gái lớn lên, vào đại học, bận rộn với trường lớp, gia đình, và tương lai.

Khi tôi gặp ông, chúng tôi trở thành bạn của nhau.

- Con biết không, bác còn sống cho đến giờ vì bác muốn nghe giọng cô cháu gái gọi điện hỏi thăm. Có lúc vài tháng không có cuộc gọi nào, bác vẫn tin nó sẽ gọi. Và đúng là nó gọi lại, mặc dù thưa thớt hơn.

- Sao bác không gọi cháu gái bác? - Tôi tò mò hỏi.

- Bác thử gọi vài lần nhưng lúc đó nó đang bận việc, rồi nó nói sẽ gọi lại, nhưng nó không gọi.

Lần trước tôi gặp bác Mendoza, nhìn ông buồn thiu, ngồi lặng lẽ.

- Cả năm rồi cháu nội không gọi bác.

Im lặng thật lâu ông nói tiếp:

- Cả chục năm nay bác ráng sống vì những cuộc điện thoại, giờ thì không còn nữa rồi.

Tôi cũng không nói gì. Tôi nhìn ông, như nhìn lại quãng đời quay chậm của một người đàn ông lam lũ, chăm chỉ làm ăn, yêu thương gia đình và bạn bè, cuối cùng cô đơn lúc xế chiều.

Tôi chào bác ra về vào một ngày mùa thu, lúc những chiếc lá cuối cùng buông mình thả xuống thảm cỏ vàng cháy.

Tôi thầm nghĩ đến khi chúng ta còn trẻ, chúng ta sống vì có tương lai tươi sáng, vì tiền tài danh vọng, vì những thú vui cuộc đời, vì những bữa tiệc tùng tưởng chừng như bất tận, nhưng khi chúng ta có hết những thứ đó rồi, vào năm 60 tuổi, chúng ta sẽ sống vì cái gì?

Có lẽ điều duy nhất còn lại là tình thương, là hy vọng, đôi khi chỉ cần một cuộc điện thoại từ phương xa.

NHÀ XUẤT BẢN WYNN MEDICAL CENTER

WYNN MEDICAL CENTER PUBLISHER

Rosemead, Los Angeles County, CA 91770, USA

Tel: +1 (626) 573-9003 / (626) 316-8287 / (626) 316-8169

Fax: (626) 573-0641

Tản văn

Ngắn

Xuất bản lần thứ nhất tại Hoa Kỳ Tháng 4/2024

Tái bản lần thứ nhất tại Hoa Kỳ Tháng 11/2024

Tái bản lần thứ hai tại Hoa Kỳ Tháng 4 năm 2025

Phát hành trên hệ thống POD toàn cầu

WMC Publisher
Wynn Medical Center

www.ingramcontent.com/pod-product-compliance
Lightning Source LLC
LaVergne TN
LVHW040421051026
849517LV00002B/414
9798349232220

Ngắn

tản văn
2025

Đơn vị tài trợ xuất bản

Wynn Medical Center

Helping Vietnamese Doctors and Patients · VietMD.net ·

U.S.A Non-Profit 501(c)3
Healthcare Organization

Dr. Wynn Tran Media

Wynn Medical Center
Dr. Wynn Tran Media

9126 Valley Blvd Ste. B
Rosemead, Los Angeles County, 91770, USA
Tel: 626-573-9003 / 626-316-8287 / 626-316-8169
Fax: 626-573-0641

NGẮN

tản văn
